어휘로 배우는
베트남어
OPIc (IL-IM1)

베트남어공부기술연구소 지음

랭기지플러스

어휘로 배우는 베트남어 OPIc (IL-IM1)

초판인쇄	2021년 6월 15일
초판발행	2021년 6월 23일
저자	하동환
책임 편집	마은선
펴낸이	엄태상
디자인	신정아
조판	신정아
콘텐츠 제작	김선웅, 김현이, 유일환
마케팅	이승욱, 전한나, 왕성석, 노원준, 조인선, 조성민
경영기획	마정인, 조성근, 최성훈, 정다운, 김다미, 오희연
물류	정종진, 윤덕현, 양희은, 신승진
펴낸곳	랭기지플러스
주소	서울시 종로구 자하문로 300 시사빌딩
주문 및 교재 문의	1588-1582
팩스	0502-989-9592
홈페이지	www.sisabooks.com
이메일	book_etc@sisadream.com
등록일자	2000년 8월 17일
등록번호	제1-2718호

ISBN 979-11-6734-015-3 (13730)

머리말

　베트남어가 기존 OPI의 약 80여 개 언어 중 한 과목으로 자리 잡은 후 필자가 강의를 시작한 지 10년, 그동안 베트남어 능력을 증명하기 위해 OPI, FLEX, 베트남어 능력 인증평가 등 다양한 시험들이 공존해왔으나, 2018년 하반기 ACTFL 주관의 국가 공인시험인 OPIc(OPI 언어 중 주요 언어) 시험에 베트남어가 추가되어 그 판도는 다른 양상으로 펼쳐졌다.

　그간 필자가 여러 차례 OPIc을 응시하여 수업의 방향을 잡기 위해 다양한 시도를 해본 결과 수험생의 입장에서 본 시험을 준비하기 위한 시간, 목적 등의 여건에 부합하는 과정을 구성하기는 쉽지 않았다.

　많은 수강생이 그간 함께 해준 도움에 힘입어 가장 많은 수강생이 취득하길 원하는 제2외국어 OPIc등급인 IM등급에 필요한 주제가 무엇인지 많은 연구와 고민을 거친 후 모든 것을 배워서 시험을 대비하는 종합과정은 수강생들에게 다소 부담과 무리가 있을 것으로 사료되어 본 초-중급 교재를 집필하게 되었다.

　필자가 10년의 베트남어 교육 경험을 통해 깊게 깨달은 제2외국어 학습에 있어 가장 큰 장애라고 느껴지는 점은, 생소한 언어이므로 수강생의 평균 집중력이 상대적으로 오래가지 못한다는 점이었다.

　위의 내용에 착안하여 본 교재는 하루에 다소 적은 시간을 투자하여 목표 결과인 IM 등급을 취득하기 위한 방향으로 집필되었다.

　일부 내용만을 전략적으로 대비하는 성격의 교재이므로 다소 지엽적인 베트남어의 면면을 소개하는 교재이긴 하나, 필자는 본 교재를 통해 시험을 준비하는 수강생들이 베트남어에 꾸준한 재미를 습득하여, 단기적 학습을 통해 장기적 학습 및 관심에 베트남어가 깊게 스며들길 기대해본다.

　끝으로 본 교재의 집필과 출판을 깊은 마음으로 지지해주시고 도움을 주신 시사아카데미 관계자, 랭기지플러스 출판사 관계자 및 많은 도움을 주신 분들에게 심심한 감사를 표한다.

강사 하동환

목차

이 책의 구성

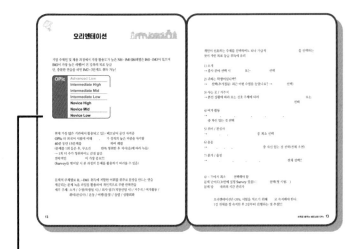

오리엔테이션 예비 단원

오리엔테이션 예비 단원을 통해 해당 도서
연계 강좌의 목표 및 수업 진행 방식을 확인합니다.
또한, 본 학습을 들어가기에 앞서
가장 중요한 survey 선택 전략을 익힙니다.

point

각 챕터마다 제시된
5가지 POINT를 학습하고,
예문을 통해 활용법을 익힙니다.

필수 TIP

추가로 제시된 필수 TIP을 통해 주의해야 할 사항을 익히고,
반드시 학습해야 할 부분이나 추가 어휘를 학습합니다.

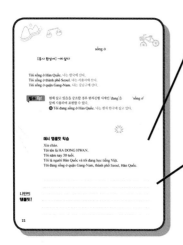

예시 템플릿

예시 템플릿을 통해 문장 구성 능력을 익힙니다.
제시된 문장을 그대로 암기해두는 것도
큰 도움이 됩니다.

나만의 템플릿

나만의 템플릿 공간을 활용해 문장을 연습합니다.
공간이 부족할 경우, 도서 뒤에 추가로 제공된 페이지를
활용합니다.

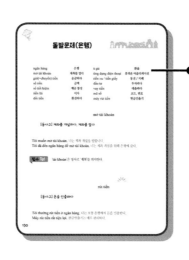

필수 어휘

돌발문제에
자주 등장하는 어휘를
주제별로 학습합니다.

롤플레이

OPIc 시험에서 롤플레이는 일방적 대답의 형식으로
진행됩니다. 상황별 다양한 예문을 통해 학습합니다.

 동영상 강의
www.onlinesisa.com

 MP3 무료 다운로드
www.sisabooks.com

학습 플랜

18일 만에 끝내는 속성 학습 플랜

Day 1	Day 2	Day 3	Day 4	Day 5
Bài 01-03	Bài 04-07	Bài 08-11	Bài 12-15	Bài 16-20
/	/	/	/	/

Day 6	Day 7	Day 8	Day 9	Day 10
Bài 21-23	Bài 24-26	Bài 27-29	Bài 30-32	Bài 33-35
/	/	/	/	/

Day 11	Day 12	Day 13	Day 14	Day 15
Bài 36-38	Bài 39-41	Bài 42-44	Bài 45-47	Bài 48-50
/	/	/	/	/

Day 16	Day 17	Day 18
Bài 51-53	Bài 54-57	Bài 58-60
/	/	/

한 달 만에 끝내는 권장 학습 플랜

Day 1	Day 2	Day 3	Day 4	Day 5
Bài 01-02	Bài 03-04	Bài 05-06	Bài 07-08	Bài 09-10
/	/	/	/	/

Day 6	Day 7	Day 8	Day 9	Day 10
Bài 11-12	Bài 13-14	Bài 15-16	Bài 17-18	Bài 19-20
/	/	/	/	/

Day 11	Day 12	Day 13	Day 14	Day 15
Bài 21-22	Bài 23-24	Bài 25-26	Bài 27-28	Bài 29-30
/	/	/	/	/

Day 16	Day 17	Day 18	Day 19	Day 20
Bài 31-32	Bài 33-34	Bài 35-36	Bài 37-38	Bài 39-40
/	/	/	/	/

Day 21	Day 22	Day 23	Day 24	Day 25
Bài 41-42	Bài 43-44	Bài 45-46	Bài 47-48	Bài 49-50
/	/	/	/	/

Day 26	Day 27	Day 28	Day 29	Day 30
Bài 51-52	Bài 53-54	Bài 55-56	Bài 57-58	Bài 59-60
/	/	/	/	/

✿ Bài 01-03
예비 단원

오리엔테이션

강좌의 목표

기업 주재원 및 채용 과정에서 가장 활용도가 높은 NH~IM1(IM레벨은 IM1~IM3이 있으며 IM3이 가장 높은 레벨)이 본 강좌의 목표 등급

단, 충분한 연습을 하면 IM2~3단계도 취득 가능!

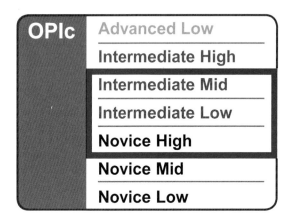

OPIc Vietnamese?

- 현재 가장 많은 기관에서 활용되고 있는 베트남어 공인 자격증
- OPIc 타 외국어 시험에 비해 발음, 성조가 성적의 높은 비중을 차지함
- 40분 동안 15문제를 자유롭게 시간을 분배하여 해결
  (문제를 1회 들은 후, 무조건 1번 더 반복 청취한 후 지시(음)에 따라 녹음)
  → 1회 더 추가 청취하여도 감점 없음
- 전략적인 **Survey** 선택이 가장 중요!!!
  (Survey를 벗어날 시 본 과정의 문제를 활용하기 어려울 수 있음)

수업 진행 방식

- 문제의 주제별로 IL~IM1 취득에 적합한 어휘를 위주로 문장을 만드는 연습
- 제공되는 문제 녹음 파일을 활용하여 개인적으로 무한 반복연습
- 세부 주제: 소개 / 수업(학생일 시) / 회사 업무(직장인일 시) / 거주지 / 여가활동 /
  취미(관심사) / 운동 / 여행(출장) / 돌발 / 상황회화

Survey 전략!!!(매우 중요)

- 개인이 선호하는 주제를 선택하여도 되나 가급적 수업에서 활용하는 주제를 선택하는 것이 개인 목표 등급 취득에 유리

  1) 소개
  → 종사 분야 선택 시 사업/회사 또는 일 경험 없음 선택

  2) 귀하는 학생이십니까?
  → 네 선택(추가질문: 최근 어떤 수업을 들었나요? → 어학 수업 선택)

  3) 사는 곳 / 거주지
  → 본인 상황에 따라 또는 선호 주제에 따라 개인 주택이나 아파트에 홀로 거주 또는 가족[배우자/자녀/기타 가족 일원]과 함께 주택이나 아파트에 거주 선택

  4) 여가 활동
  → 영화 보기, 공연 보기, 콘서트 보기, 쇼핑하기, TV시청하기, 리얼리티 쇼 시청하기 중 자신 있는 것 선택

  5) 취미 / 관심사
  → 요리하기, 독서, 아이에게 책 읽어주기 중 최소 선택

  6) 운동
  → 자전거, 걷기, 조깅, 운동을 전혀 하지 않음 중 자신 있는 것 선택(전체 추천)

  7) 휴가 / 출장
  → 국내출장, 해외출장, 국내여행, 해외여행, 집에서 보내는 휴가 전체 선택!!

주의사항!

- 4) ~ 7)에서 최소 12개 선택해야 함
- 문제 난이도(초반에 설정 Survey 있음) : 2 또는 3 선택(첫 시험: 2)
- 문제 당 2분 내외의 시간 관리가 중요!!

> 오리엔테이션은 OPIc 시험을 치르기 위해 필수로 숙지해야 한다.
> 1강 전체를 잘 숙지한 후 2강부터 진행하는 것 추천!!!

베트남어 기초

베트남어 문장의 기본 구조!

- 구조: 주어 + 서술어
  (= 동사, 형용사)
  → 영어 문장 구조와 유사점을 지님!
- 예시

  Tôi học tiếng Việt. 나는 베트남어를 공부한다.

  Tôi thích tiếng Việt. 나는 베트남어를 좋아한다.

베트남어의 시제

- 베트남어의 시제는 서술어 앞에 사용된다.
- 일반과거: đã (완료 ~rồi 사용 가능)
- 근접과거: vừa, vừa mới, mới (완료 ~rồi 사용 가능)
- 현재진행: đang
- 근접미래: sắp (완료 ~rồi 사용 가능)
  → 근접미래의 경우 과거 시제가 아니지만, rồi를 문장 끝에 사용하여 미래에 대한 확신을 표현할 수 있다.
- 일반미래: sẽ
- 예시:

  Tôi đã học tiếng Việt. 나는 베트남어를 공부했다.

  Xe buýt vừa đi. 버스는 막 출발했다.

  Tôi đang đi học. 나는 공부하러 가는 중이다.

  Xe buýt sắp tới. 버스는 곧 도착한다.

  Anh sẽ về nước. 그는 귀국할 것이다.

알면 유용한 베트남어 필수 형용사! (※ 빈칸에 형용사의 의미를 쓰시오)

형용사	의미	형용사	의미
nhiều		ít	
to(lớn)		nhỏ	
sớm		muộn	
vui		buồn	
rộng		hẹp	
khỏe		yếu	
dễ		khó	
rỗi		bận	
nóng		lạnh	
ấm		mát	
thừa		thiếu	
thông minh		mù(kém)	
béo		gầy	
trẻ		già	
đẹp		xấu	
tốt		xấu	
mới		cũ	
ngon		dở	
nặng		nhẹ	
nhanh		chậm	
hạnh phúc		bất hạnh	
đắt		rẻ	
quen		lạ	

Bài 03 인칭대명사

베트남어 인칭대명사

• 인칭대명사는 상대를 부르는 호칭으로 베트남에서는 가족 간 관계에서 사용되는 호칭을 사회에서도 동일하게 적용하여 사용하는 점이 특징이다. OPIc 시험 또한 직접적인 대화 시험은 아니지만, 채점관이 녹음파일로 점수를 부여하므로 그에 맞는 인칭대명사를 사용해야 한다. 또한 시험에서 최다 등장하는 '자기소개' 관련 내용 발화 시 가족의 소개를 할 때에도 인칭대명사가 활용된다.

1인칭 인칭대명사

• tôi(무(無)격식체) – 시험 때 사용하는 '나'
• mình
• tao
• tớ

2인칭 인칭대명사

• anh
• chị
• em
• anh trai
• chị gái
• em trai
• em gái
• ông
• bà
• bố(=ba, cha)
• mẹ(=má)
• con trai
• con gái
• con cái
• cháu trai
• cháu gái

- bác
- chú
- cô
- dì
- thím
- cậu

3인칭 인칭대명사

- 형식: 2인칭 인칭대명사 + ấy(그)
- 예시: anh ấy, chị ấy, em ấy, ông ấy, bà ấy...

인칭대명사를 활용한 가족소개 템플릿 예시

Xin chào.

Xin tự giới thiệu về gia đình tôi.

Gia đình tôi có 9 người là ông cố, ông, bà, bố, mẹ,
anh trai, chị gái, 1 em trai và tôi.

Anh trai tôi là sinh viên và anh ấy rất thích chơi nhạc cụ...

나만의
템플릿!

Bài 04-11

소개

Bài 04 소개 1

• POINT 1

인칭대명사 + là + A

의미: [동사] (주어) ~은/는 ~(명사)이다

주어 = 인칭대명사
A = 명사
'là는 앞으로의 학습을 위한 필수 서술어!!'

활용 예시:

Tôi là Lan. 나는 Lan이다.
Tôi là bác sĩ. 나는 의사이다.
Hà Nội là thủ đô Việt Nam. Hà Nội는 베트남의 수도이다.

> **필수 Tip!** 'là'는 '~은/는 ~이다' 이므로
> 'là' 뒤에는 명사가 위치하여야 한다.

• POINT 2

tên

의미: [명사] 이름, 명칭

활용 예시:

Tên tôi là Lan. 나의 이름은 Lan이다.
Tên của tôi là Lan. 나의 이름은 Lan이다.
Tôi tên là Lan. 나는 이름이 Lan이다.

> **필수 Tip!** 'họ'는 '성(姓)'으로 'họ tên'으로 사용하면 '성명'이 된다.

• POINT 3   tuổi

의미: [명사] 나이, 세, 살, 띠

활용 예시:

Tôi 30 tuổi. 나는 30세이다.
Tôi năm nay 30 tuổi. 나는 올해 30세이다.
Tôi là tuổi con ngựa. 나는 말띠이다.

> **필수 Tip!** 'tuổi' 뒤에 동물을 사용하면 '띠'를 의미한다. 참고로 베트남에서는 띠가
> 한국에 비해 보편화되어있지는 않은 편이다. 또한 나이를 표현할 때는 'là'를
> 사용할 수 없다. (나이는 수사로 표현되나 명사로 보지 않기 때문이다.)

• POINT 4   người + 국가 명칭

의미: [명사 합성어] 국적, ~나라 사람

활용 예시:

Tôi là người Hàn Quốc. 나는 한국인이다.
Chị ấy là người Việt Nam. 그녀는 베트남인이다.
Tôi là người Busan. 나는 부산(출신)사람이다.

> **필수 Tip!** 'tiếng'은 '소리, 시간'을 의미하며 'tiếng + 국가 명칭'을 사용하면
> '~나라 언어'를 의미한다.  tiếng Việt (Nam): 베트남어, 가까운 국가는
> 앞 음절만 사용하여도 '언어'임을 표현할 수 있다.

• POINT 5

sống ở

의미: [동사 합성어] ~에 살다

활용 예시:

Tôi sống ở Hàn Quốc. 나는 한국에 산다.
Tôi sống ở thành phố Seoul. 나는 서울시에 산다.
Tôi sống ở quận Gang-Nam. 나는 강남구에 산다.

필수 Tip! 현재 살고 있음을 강조할 경우 현재진행 시제인 'đang'을 서술어 'sống ở' 앞에 사용하여 표현할 수 있다.
예 Tôi đang sống ở Hàn Quốc. 나는 현재 한국에 살고 있다.

예시 템플릿 학습

Xin chào.
Tôi tên là HA DONG HWAN.
Tôi năm nay 30 tuổi.
Tôi là người Hàn Quốc và tôi đang học tiếng Việt.
Tôi đang sống ở quận Gang-Nam, thành phố Seoul, Hàn Quốc.

나만의 템플릿!

소개 2

• POINT 1 — sở thích

의미: [명사] 취미

활용 예시:

Sở thích của tôi là OO. 나의 취미는 OO이다.
→ OO에는 취미를 표현하는 동사가 주로 위치한다.

> **필수 Tip!**
> 진짜 본인의 취미를 표현하는 것도 좋지만, 고득점을 위해 본인이 가장 잘 발음할 수 있고 외우기 쉬운 것을 선택하자.
> 취미 관련 필수 동사는 아래와 같다.
>
> 예 xem phim/tv: 영화/TV 시청하기 đọc sách: 책 읽기 chạy: 달리기
> nấu ăn: 요리하기 câu cá: 낚시하기 chơi + 스포츠(bóng đá: 축구
> bóng rổ: 농구 bóng chuyền: 배구 bóng ném: 핸드볼 thể thao:
> 스포츠): 스포츠 하기 chụp ảnh: 사진 찍기 vẽ tranh: 그림 그리기
> viết văn: 글쓰기 nghe nhạc: 음악 듣기 bơi: 수영하기
> nhảy múa: 춤추기 hát: 노래하기 tập thể dục: 운동하기

• POINT 2 — muốn

의미: [동사] 원하다

'muốn + 동사', 'muốn + 명사' 형태로 사용할 수도 있다.

활용 예시:

Tôi muốn học/sống/đi... 나는 공부하기/살기/가기 원한다.
Tôi muốn cái này. 나는 이것을 원한다.

영어와는 달리 다른 동사를 함께 사용하고 싶을 경우
바로 뒤에 동사를 사용하면 되므로, 베트남어의 문장구조는
비교적 단순하다고 볼 수 있다.

• POINT 3

làm việc

의미: [동사구] 일하다

활용 예시:

Tôi làm việc ở OOO. 나는 OOO에서 일한다.
Bố tôi làm việc ở OOO. 내 아버지는 OOO에서 일한다.
Anh trai tôi làm việc ở OOO. 내 친형은 OOO에서 일한다.

'ở'는 '~에서, ~에 있다'를 의미하며 주로 장소와 함께 사용되므로
필수 암기!

• POINT 4

gia đình

의미: [명사] 가족

활용 예시:

gia đình của tôi 내 가족
Gia đình của tôi có OO người. 내 가족은 OO명이다.

가족의 인원수를 소개할 때 'là'가 아닌 'có'를 사용해야 한다.
이때, 'có'는 '가지다, 있다'를 의미한다.

• POINT 5 — hạnh phúc

의미: [형용사] 행복한

활용 예시:

Gia đình tôi rất hạnh phúc. 내 가족은 매우 행복하다.
Tôi rất hạnh phúc. 나는 정말 행복하다.

필수 Tip! 주로 가족에 대한 나의 감정을 '행복하다'로 마무리 짓는 것이
OPIc 시험에서는 무난한 전개에 해당한다.

 예시 템플릿 학습(소개1 포함)

Xin chào.
Tôi tên là HA DONG HWAN.
Tôi năm nay 30 tuổi.
Tôi là người Hàn Quốc và tôi đang học tiếng Việt.
Sở thích của tôi là học tiếng Việt.
Tôi đang sống ở quận Gang-Nam, thành phố Seoul, Hàn Quốc.
Gia đình của tôi có 5 người là bố, mẹ, anh trai, chị gái và tôi.
Bố tôi là luật sư, mẹ tôi là y tá.
Anh trai tôi làm việc ở công ti A.
Chị gái tôi là sinh viên.
Tôi cũng(또한) là sinh viên và tôi muốn làm việc ở công ti lớn.
Gia đình tôi rất hạnh phúc.

Bài 06 수업1

• POINT 1 — phát âm

의미: [명사, 동사] 발음, 발음하다

활용 예시:

Tôi học phát âm tiếng Việt. 나는 베트남어 발음을 공부한다.
Phát âm tiếng Việt khó. 베트남어 발음은 어렵다.

> **필수 Tip!** 명사뿐만 아니라 동사로도 활용 가능하다. 특정 자음 발음을 표현하고 싶을 경우, '자음 + ờ'로 표현할 수 있다. **예** tờ, cờ, pờ 등

• POINT 2 — thanh điệu

의미: [명사] 성조

'dấu' 또한 '성조'의 의미로 사용할 수 있다. (원래 'dấu'의 의미는 '표시'이다.)

활용 예시:

Tiếng Việt có 6 thanh điệu. 베트남어는 6성조가 있다.
Tiếng Việt có 6 dấu. 베트남어는 6성조가 있다.

> **필수 Tip!** 베트남어의 6성조는 'thanh ngang, thanh sắc, thanh huyền, thanh hỏi, thanh ngã, thanh nặng'이다.

• POINT 3 — khó / dễ

의미: [형용사] 어렵다 / 쉽다

활용 예시:

Tiếng Việt rất khó(↔dễ). 베트남어는 매우 어렵다(↔쉽다).
Phát âm(Thanh điệu) tiếng Việt khó. 베트남어 발음(성조)은 어렵다.
Thanh sắc rất khó. 삭 성조는 매우 어렵다.
Tiếng Việt khá khó. 베트남어는 꽤 어렵다.

필수 Tip! 베트남어 형용사의 종류는 다양하나 실제 시험 때는
'khó/dễ'와 같은 쉬운 형용사들을 잘 활용하는 것이 중요하다.

• POINT 4 — cố gắng

의미: [동사] 노력하다

활용 예시:

Tôi cố gắng học tiếng Việt. 나는 베트남어 공부를 노력한다.
Cố gắng lên(= Cố lên)! 힘내!

필수 Tip! 'cố gắng' 외에 '노력하다'를 의미하는 'nỗ lực'을 대신 사용할 수도 있다.
단, 'cố'를 'có'로 외우는 실수를 범하지 말자!

• POINT 5

luyện tập

의미: [동사] 연습하다

활용 예시:

Tôi luyện tập học tiếng Việt. 나는 베트남어 학습을 연마한다.
Luyện tập thanh điệu/phát âm. 성조/발음 연습해.

> **필수 Tip!**
> 'tập'만 사용해도 '연습하다'의 의미를 지니며, 이와 유사한 어휘로는
> 'ôn tập(복습하다), thực tập(실습, 연습하다), thực hành(실행,
> 연습하다)' 등이 있다.

예시 템플릿 학습

Tôi đang học tiếng Việt.
Phát âm và thanh điệu tiếng Việt rất khó.
Nhưng(그러나) tôi cố gắng học tiếng Việt.
Hàng ngày(매일) tôi luyện tập phát âm và thanh điệu.
Cho nên(그래서) dạo này(요즘) tiếng Việt khá dễ và thú vị(재미있는).

**나만의
템플릿!**

• POINT 1 — trong + 기간

의미: (기간) 동안, (장소) 안

활용 예시:

Tôi học tiếng Việt trong 6 tháng. 나는 6개월 동안 베트남어를 공부했다.

trong nhà 집 안

필수 Tip! 기간을 나타내는 'ngày(일, 날), tuần(주), tháng(월), năm(년)'은 함께 숙지하는 것이 좋다.

• POINT 2 — tôi thấy~

의미: 내 생각에는~, 내가 느끼기에~

'thấy'는 '느끼다, 생각하다, 보이다'를 의미하며, 위 구문은 자신의 느낌 또는 의견을 전달하기 위해 사용한다.

활용 예시:

Tôi thấy tiếng Việt rất thú vị. 내 생각에 베트남어는 매우 재미있다.

Tôi thấy chị ấy rất đẹp. 내 생각에 그녀는 너무 예쁘다.

필수 Tip! 유사한 의미로는 'theo tôi~' 구문이 있으며, 이때 'theo'는 '따르다, ~에 따라'라는 의미로 'theo tôi~'를 직역하면 '내 의견에 따르면~' 이다.

• POINT 3   chăm chỉ

의미: [형용사] 열심히 하는

활용 예시:

Tôi đã học tiếng Việt rất chăm chỉ. 나는 베트남어를 정말 열심히 공부했다.

Tôi sẽ học tiếng Việt chăm chỉ hơn(더). 나는 베트남어를 더 열심히 공부할 것이다.

> **필수 Tip!**   'chăm chỉ'는 '공부하다'를 의미하는 'học'과 '일하다'를 의미하는 'làm việc'과 함께 사용하는 단골 형용사로 꼭 기억해두자!

• POINT 4   giáo viên / sinh viên

의미: [명사] (초, 중, 고 및 일반교육) 선생님 / 대학생

활용 예시:

Giáo viên của tôi rất hiền(선한). 내 선생님은 정말 좋은 분이다.

Ở trường học của tôi có khoảng(대략) 500 sinh viên.
우리 학교에는 대략 500명의 대학생이 있다.

> **필수 Tip!**   'giáo viên'은 일반명사로 '선생님'을 의미하며 구체적으로 '남자 선생님' 또는 '여자 선생님'을 표현하기 위해서는 '남자 선생님'은 'thầy giáo', '여자 선생님'은 'cô giáo'로 사용하며, 'thầy + 이름', 'cô + 이름'으로도 사용 가능하다.

• POINT 5   lớp

의미: [명사] 교실, 학년, 수업

활용 예시:

Trong lớp có 5 sinh viên. 교실 안에는 5명의 대학생이 있다.
1 tuần, tôi có 5 lớp tiếng Việt. 일주일에 나는 베트남어 수업 5타임이 있다.
lên (오르다) lớp (수업에 참여하다, 수업가다)

필수 Tip! 학년을 표현하고 싶을 경우, 베트남은 한국과 달리 1~12학년으로 초, 중,
고 학년을 표현하므로(초등 5년, 중등 4년, 고등 3년, 총 12년)
'lớp + 1~12'의 형태로 사용하여야 한다. **예** 고등학교 1학년= lớp 10

예시 템플릿 학습(수업1 포함)

Tôi đang học tiếng Việt.
Phát âm và thanh điệu tiếng Việt rất khó.
Nhưng (그러나) tôi cố gắng học tiếng Việt.
Hàng ngày (매일) tôi luyện tập phát âm và thanh điệu.
Cho nên (그래서) dạo này (요즘) tiếng Việt khá dễ và thú vị (재미있는).
Trong 1 tuần, tôi có 3 lớp tiếng Việt.
Thứ 2, thứ 4, thứ 6.
Tôi thấy giáo viên và sinh viên trong lớp tôi rất tốt.
Tiếng Việt của sinh viên khác (다른) cũng tốt.
Tôi sẽ học tiếng Việt chăm chỉ hơn.

Bài 08 회사1

• POINT 1 — công ti

의미: [명사] 회사

활용 예시:

cơ quan nhà nước, đơn vị xã hội 국가기관 / 사회기업
Tôi đang làm việc ở một công ti lớn. 나는 한 대기업에서 일하는 중이다.
công ti vừa và nhỏ / công ti nhỏ 중소기업 / 소기업

> **필수 Tip!** 과거에는 'công ty'로 표기하였으나 최신 베트남어 교과서 및 문서는 'công ti'로 표기하는 방향으로 바꾸었다. (반모음 관련 이슈)

• POINT 2 — công việc

의미: [명사] 업무

'công ti + việc = công việc'으로 이해하면 쉬울 것

활용 예시:

Công việc của tôi là~. 나의 업무는 ~이다.
Công việc hằng ngày của tôi là~. 나의 매일(상시) 업무는 ~이다.
Tôi muốn làm công việc~. 나는 ~업무를 하기 원한다.

> **필수 Tip!** OPIc 시험에서 '업무'는 어려운 내용에 속하므로 본 수준의 과정에서는 최대한 피하는 것이 좋음. 기본적인 업무에 관한 표현은 아래와 같다.
> 예 quản lí kinh doanh: 경영(영업) 관리 kế toán: 회계 tài chính: 재무 tiếp thị: 마케팅(=marketing) nghiên cứu và phát triển: R&D nhân sự: 인사 quản lí chất lượng: 품질 관리 quản lí sản xuất: 생산 관리

• POINT 3 — trước / trong / sau

의미: [전치사] 전, 앞 / 중, 안 / 후, 뒤

'trước, trong, sau'는 '장소' 및 '시간'을 가리키는 말(명사)과 모두 사용할 수 있다.

활용 예시:

Trước công ti có nhiều nhà hàng. 회사 앞에 많은 식당이 있다.
Trong khi làm việc ở công ti, tôi rất bận. 회사에서 일하는 중에는, 나는 매우 바쁘다.

> **필수 Tip!** 'trước khi, trong khi, sau khi'의 형태로 사용하면
> 문장(주어 + 서술어)을 사용할 수 있다.
> 예 Trước khi đi làm, tôi thường ăn cơm.
> 출근 전에, 나는 보통 식사를 한다.

• POINT 4 — được + 기간 / 시간 / 나이 + rồi

의미: 기간 / 시간 / 나이만큼 되다

활용 예시:

Tôi làm việc ở công ti được 5 năm rồi. 나는 회사에서 일한 지 5년 되었다.
Tôi học tiếng Việt được 6 tháng rồi. 나는 베트남어를 공부한 지 6개월 되었다.
Bà của tôi năm nay được 80 tuổi. 나의 할머니는 올해 80세가 되셨다.

> **필수 Tip!** 위 용법은 소개의 내용에서 주로 나이를 강조할 때 사용하며,
> 그 외 '학습'의 주제에서 베트남어 학습기간을 표현할 때도 활용된다.

• POINT 5

nằm ở

의미: [동사구] ~에 위치하다

'nằm'은 원래 '눕다'를 의미한다.

활용 예시:

Công ti của tôi nằm ở thành phố Seoul. 나의 회사는 서울시에 위치한다.

Việt Nam nằm ở phía đông bán đảo Đông Dương.

베트남은 인도차이나반도 동쪽에 위치한다.

필수 Tip! 일반적으로 위치를 표현할 때는 간단히 'ở'만 사용해도 되나,
더욱 정확하게 표현하기 위해 'nằm ở'를 쓰는 것이므로
꼭 암기하여야만 하는 필수 요소는 아니니 무리해서 암기하지는 말자!

예시 템플릿 학습

Tôi đang làm việc ở công ti lớn.

Công ti tôi nằm ở thành phố Seoul.

Công việc của tôi là quản lí kinh doanh.

Trong khi làm việc, tôi rất bận.

Tôi đã làm việc ở công ti này được 5 năm rồi.

**나만의
템플릿!**

• POINT 1 — từ A đến B

의미: A부터 B 까지

'시간' 및 '장소'관련 표현에 모두 사용할 수 있다.

활용 예시:

Tôi thường làm việc từ 9 giờ (sáng) đến 6 giờ (tối).
나는 보통 (오전) 9시부터 (저녁) 6시까지 일한다.
Từ công ti đến nhà tôi xa khoảng OOkm. 회사에서 내 집까지 대략 OOkm 떨어져 있다.
Từ công ti đến nhà tôi mất khoảng OO tiếng(phút).
회사부터 내 집까지 대략 OO 시간(분) 걸린다.

> **필수 Tip!** 한국어로 표현되는 '~에서 ~까지'는 대부분 베트남어 'từ A đến B'로
> 표현할 수 있으니 필수로 기억하는 것이 좋다!

• POINT 2 — văn phòng

의미: [명사] 사무실

'phòng'은 '방'을 의미하며 'văn'은 한자 '문(文)'의 베트남어 발음이므로
'글쓰는 방 = 사무업무 보는 방'으로 이해하면 기억이 쉽다.

활용 예시:

Văn phòng của tôi rất thoải mái. 내 사무실은 정말 편안하다.
Tôi thường làm việc trong văn phòng(↔ ngoài trời).
나는 보통 사무실(↔ 야외)에서 일한다.
Không khí văn phòng của tôi rất tốt. 내 사무실의 분위기는 매우 좋다.

• POINT 3

cấp trên / cấp dưới

의미: [명사] 상사, 상급자 / 부하직원, 하급자

'cấp'은 '급'을 의미하며 '위/아래'를 의미하는 'trên/dưới'를 뒤에 붙인 어휘이다.

활용 예시:

Cấp trên của tôi rất hiền. 나의 상급자는 매우 좋은 사람이다.

Cấp dưới của tôi làm việc rất nhanh và chính xác.

나의 부하직원은 정말 빠르고 정확하게 일한다.

• POINT 4

để + 동사

의미: [동사] ~하기 위하여

영어의 'to 부정사' 의미 중 '~하기 위하여'와 비슷하게 생각하면 되는 구문이다.

활용 예시:

Để phát triển công ti, chúng tôi làm việc chăm chỉ.

회사 발전을 위하여, 우리는 열심히 일한다.

Để học tiếng Việt, tôi thường xuyên đi trung tâm.

베트남어 공부를 위하여, 우리는 자주 학원에 간다.

• POINT 5 — giúp

의미: [동사] 돕다

활용 예시:

Nhân viên công ti của tôi giúp nhau. 우리 회사 직원은 서로 돕는다.
Cấp trên của tôi giúp tôi làm việc thoải mái hơn.
나의 상급자는 내가 더 편안하게 일하도록 돕는다.

필수 Tip! '지원'의 의미를 나타낼 때 'hỗ trợ'를 사용하는 것이 더욱 정확하다.

예시 템플릿 학습(회사1 포함)

Tôi đang làm việc ở công ti lớn. Công ti tôi nằm ở thành phố Seoul. Công việc của tôi là quản lí kinh doanh. Trong khi làm việc, tôi rất bận.
Tôi đã làm việc ở công ti này được 5 năm rồi.
Tôi thường làm việc từ 9 giờ đến 6 giờ. Từ công ti đến nhà tôi xa khoảng 2km.
Văn phòng của tôi có 20 nhân viên. Cấp trên của tôi luôn luôn giúp tôi làm việc tốt đẹp. Để phát triển của công ti, chúng tôi làm việc rất chăm chỉ.
Tôi sẽ cố gắng làm việc nhiều hơn.

거주지1

• POINT 1

> nổi tiếng

의미: [형용사] 유명한

활용 예시:

Ở thành phố tôi đang sống, Bulgogi rất nổi tiếng.
내가 살고 있는 도시에서, 불고기가 정말 유명하다.
nổi tiếng với ~ ~로 유명한
Quê tôi nổi tiếng với món ăn cay. 내 고향은 매운 음식으로 유명하다.

> **필수 Tip!** OPIc 시험에서 필히 운용되는 어휘이므로 꼭 기억하도록 하자!

• POINT 2

> địa điểm / nơi

의미: [명사] 장소

'nơi'가 발음도 평이하므로 사용하기 편리함.

활용 예시:

Quê tôi là một nơi nổi tiếng. 내 고향은 유명한 장소이다.
địa điểm du lịch nổi tiếng 유명한 여행지
Hàn Quốc có nhiều nơi du lịch. 한국은 여행지가 많이 있다.

> **필수 Tip!** '장소'를 표현할 때 사용되는 필수 대표명사이므로
> 장소 설명에 있어서 꼭 기억해야 하는 어휘이다.

• POINT 3   lễ hội

의미: [명사] 축제

'hội'만 사용하더라도 '축제'의 의미로 사용할 수 있다.

활용 예시:

Làng tôi nổi tiếng với lễ hội hoa anh đào. 내 마을은 벚꽃 축제로 유명하다.
Hàn Quốc có nhiều lễ hội truyền thống. 한국은 전통 축제가 많이 있다.

필수 Tip! '축제'는 거주지 문제에서 유용하게 문장을 늘릴 수 있는 주제이므로 꼭 기억해두는 것이 좋다.

• POINT 4   đặc sản

의미: [명사] 특산물의

활용 예시:

Quê tôi có nhiều đặc sản nổi tiếng.
내 고향은 유명한 특산물이 많이 있다.
Đặc sản thường đắt. 특산물은 보통 비싸다.
Đặc sản nổi tiếng nhất là A. 가장 유명한 특산물은 A이다.

필수 Tip! 'đặc'은 '특별한'의 의미로도 사용할 수 있다.

một trong những~

의미: ~중 하나

활용 예시:

Quê tôi là một trong những thành phố lớn ở Hàn Quốc.
내 고향은 한국의 대도시 중 하나이다.
Hàn Quốc là một trong những nước phát triển. 한국은 선진국 중 하나이다.
Tôi là một trong những người dễ kết bạn. 나는 사교성이 좋은 사람 중 하나이다.

필수 Tip! 'những'은 복수를 나타내는 말로, 명사 앞에 사용하여 '~들'을 표현한다.

예시 템플릿 학습

Tôi đang sống ở thành phố Seoul.
Seoul là một nơi du lịch nổi tiếng ở Hàn Quốc.
Cũng có nhiều lễ hội như lễ hội hoa anh đào.
Bulgogi là một đặc sản nổi tiếng ở đây.
Seoul cũng là một trong những thành phố lớn trên thế giới.

나만의 템플릿!

Bài 11 거주지2

• POINT 1 — tầng

의미: [명사] 층, 층수

활용 예시:

Nhà tôi ở tầng 10. 내 집은 10층에 있다.
Toà nhà tôi có tất cả 5 tầng. 내 건물은 총 5층이 있다.
Lên tầng. 층을 오르다.

필수 Tip! 'lầu'는 남부지역에서 주로 사용하는 '층'이며, 'lầu 1'은 'tầng 2'와
같은 층을 의미하며 이는 한국의 '2층'에 해당한다.
('lầu'는 유럽식 층계 표기 단위)

• POINT 2 — đồ đạc

의미: [명사] 가구

활용 예시:

Phòng nhà tôi có nhiều loại đồ đạc. 내 방에는 많은 종류의 가구가 있다.
Đồ đạc của nước Ý rất đắt. 이탈리아의 가구는 매우 비싸다.

필수 Tip! 그 밖에, 가구를 의미하는 명사는 아래와 같다.
예 giường: 침대 bàn học: 책상 ghế: 의자 tủ áo: 옷장
giá sách: 책꽂이

• POINT 3   nội thất

의미: [명사] 실내

인테리어를 표현할 때 함께 자주 사용된다.

활용 예시:

Thiết kế nội thất của phòng tôi rất đẹp. 내 방의 실내 인테리어는 정말 예쁘다.
Nội thất hơi phức tạp. 실내가 조금 복잡하다.

필수 Tip!   '외관'을 의미하는 베트남어는 'ngoại quan'이다.

• POINT 4   chung cư, căn hộ

의미: [명사] 아파트, 공동주거구역

두 어휘의 차이는 존재하나 일반적으로 둘 다 '아파트'를 표현하는 말로 사용가능하다.

활용 예시:

Chung cư của tôi rất hiện đại. 나의 아파트는 정말 최신식이다.
Căn hộ ở gần nhà rất sang trọng. 집 근처에 있는 아파트는 매우 고급이다.

필수 Tip!   '단독 주택'은 'ngôi nhà' 또는 'nhà riêng'으로 표현할 수 있다.

• POINT 5   chuyển A đến B

의미: A를 B로 옮기다(이동하다)

활용 예시:

Tôi đã chuyển nhà đến Seoul năm trước. 나는 작년에 집을 서울로 옮겼다.
Chuyển sản phẩm này đến Hàn Quốc. 이 상품을 한국으로 옮기세요.

필수 Tip!   '~로'의 의미로는 'đến' 외에 'sang(넘어가다)'으로 표현할 수도 있다.

예시 템플릿 학습(거주지1 포함)

Tôi đang sống ở thành phố Seoul.
Seoul là một nơi du lịch nổi tiếng ở Hàn Quốc.
Cũng có nhiều lễ hội như lễ hội hoa anh đào.
Bulgogi là một đặc sản nổi tiếng ở đây.
Seoul cũng là một trong những thành phố lớn trên thế giới.
Trong nhà tôi có nhiều đồ đạc.
Một số đồ đạc từ Ý nên rất đắt.
Nội thất chung cư của tôi khá đẹp và khu vực ở gần nhà tôi thường sang trọng.
Chung cư có tất cả 25 tầng.
Tôi đã chuyển nhà đến Seoul vào năm trước.
Xin cảm ơn.

나만의
템플릿!

44

Bài 12-38

주요 Survey 분석

여가활동(영화1)

● POINT 1

diễn viên

의미: [명사] 배우

활용 예시:

Diễn viên trong phim này nổi tiếng. 이 영화 속 배우는 유명하다.
Trong phim có 2 diễn viên chính. 영화 속에는 2명의 주연 배우가 있다.
diễn viên kịch / diễn viên phim 연극배우 / 영화배우

> **필수 Tip!** 'diễn'만 사용하면 동사로 '연기하다'를 의미한다.

● POINT 2

ứng dụng

의미: [명사] 응용, (휴대폰) 어플리케이션

활용 예시:

Có thể xem bằng ứng dụng điện thoại. 휴대폰 어플리케이션으로 볼 수 있다.
Ứng dụng điện thoại rất đa dạng. 휴대폰 어플리케이션은 정말 다양하다.
Ứng dụng điện thoại đã phát triển rồi. 휴대폰 어플리케이션은 발전했다.

> **필수 Tip!** '어플리케이션'은 영화 주제 외에 실생활 관련 주제(교통, 쇼핑 등)와도
> 밀접한 관련이 있는 어휘이므로 기억해두면 좋다.

• POINT 3

gần đây / trước đây

의미: 최근 / 예전에

'최근', '예전에는'을 표현할 때 주로 문장 앞에 사용한다.

활용 예시:

Trước đây, tôi thích xem phim hoạt hình. 예전에 나는 만화영화 시청을 좋아했다.
Gần đây, tôi thích xem phim hành động. 최근 나는 액션 영화 시청을 좋아한다.
Gần đây, nhiều người không thể đi xem phim ở rạp chiếu phim.
최근, 많은 사람들이 영화관에 영화를 보러 가지 못하였다.

> **필수 Tip!**
>
> 영화의 종류와 관련된 어휘는 아래와 같다.
> 'phim' 뒤에 아래 어휘를 붙여서 사용할 수 있다.
> **예** khoa học viễn tưởng: 공상과학 xã hội: 다큐멘터리
> tình cảm/lãng mạn: 로맨스 kinh dị: 공포 hài: 코미디
> truyền hình: 드라마

• POINT 4

(có) liên quan đến ~

의미: ~와 관련 있는

활용 예시:

Phim đó có liên quan đến lịch sử Hàn Quốc. 그 영화는 한국 역사와 관련이 있다.
Việc ấy có liên quan đến công nghiệp phim. 그 업무는 영화 산업과 관련이 있다.

> **필수 Tip!**
>
> 이 밖에, '(có) quan tâm đến'은 '~에 관심이 있는'을 의미하며
> 이 표현 또한 자주 사용되니 알아두면 좋다.

• POINT 5

nội dung

의미: [명사] 내용

활용 예시:

Nội dung phim có liên quan đến lịch sử Hàn Quốc.
영화 내용이 한국 역사와 관련이 있다.
nội dung cụ thể 구체적인 내용

필수 Tip! 'nội dung' 즉 '내용'은 본 과정에서의 수준보다 더 높은 수준의 답을 요구하는 **IM2~AL** 취득을 위한 답안 작성에서의 내용이므로 참고만 하도록 한다.

예시 템플릿 학습

Tôi thích xem phim hành động.
Trước đây, tôi thích xem phim hoạt hình.
Tôi thích một phim có liên quan đến lịch sử Hàn Quốc.
Phim đó có 2 diễn viên chính.
Gần đây, nhiều người không thể đi rạp chiếu phim được.
Cho nên người ta thường xem phim bằng ứng dụng điện thoại.

나만의
템플릿!

여가활동(영화2)

POINT 1 — OO lần một + 시간명사

의미: 시간명사 당 OO번

'lần'은 '번, 횟수'를 의미한다.

활용 예시:

Tôi thường xem phim 2 lần một tháng. 나는 보통 한 달에 두 번 영화를 본다.
1 lần một tháng, tôi đi du lịch trong nước. 한 달에 한 번, 나는 국내 여행을 간다.
5 lần một tuần, tôi học tiếng Việt. 일주일에 5번, 나는 베트남어를 공부한다.

> **필수 Tip!** 'lần + thứ(~째) + 숫자'는 '~ 번째'를 의미한다.

POINT 2 — bắt đầu + 동사

의미: [동사구] 동사를 시작하다

활용 예시:

Dạo này bắt đầu có ứng dụng mới. 요즘, 새로운 어플리케이션이 나오기 시작했다.
Gần đây, tôi bắt đầu xem phim tài liệu. 최근 나는 다큐멘터리를 보기 시작했다.
Tôi bắt đầu học tiếng Việt. 나는 베트남어 공부를 시작했다.

> **필수 Tip!** 'bắt đầu' 뒤에 바로 명사를 사용해도 된다.

• POINT 3 — hay + 동사

의미: 자주 동사하다

'hay'는 빈도부사 '자주'를 의미한다.

활용 예시:

Tôi hay đi xem phim. 나는 영화를 자주 보러 간다.
Tôi hay gặp bạn để đi xem phim. 나는 영화를 보러 가기 위해 친구를 자주 만난다.
Tôi hay ăn phở. 나는 쌀국수를 자주 먹는다.

> **필수 Tip!** 이 밖에, 자주 사용하는 빈도부사는 'luôn luôn(자주)', 'thường xuyên (주로)', 'thường(보통)', 'thỉnh thoảng(때때로)' 등이 있다.

• POINT 4 — hiện nay, dạo này, ngày nay

의미: 최근, 요즘, 오늘날

모두 유사한 의미로 사용된다.

활용 예시:

Hiện nay(Dạo này), phim Hàn Quốc dần dần nổi tiếng trên thế giới.
최근(요즘), 한국 영화는 세계에서 점점 더 유명해졌다.
Ngày nay, phim Hàn Quốc khá nổi tiếng trên thế giới.
오늘날 한국 영화는 세계적으로 꽤 유명하다.

> **필수 Tip!** 위의 세 표현 모두 주로 문장 가장 앞에 위치한다.

• POINT 5 A vì B

의미: B이기 때문에 A하다

'vì'는 '~때문에'를 의미한다.

활용 예시:

Phim Hàn Quốc nổi tiếng vì có nội dung đa dạng.
한국 영화는 다양한 내용이 있어 유명하다.

Phim đó rất nổi tiếng vì có nhiều diễn viên nổi tiếng.
그 영화는 유명한 배우들이 많이 있기 때문에 정말 유명하다.

Tôi học tiếng Việt vì tôi muốn đi Việt Nam.
나는 베트남으로 가기 원하기 때문에 베트남어를 공부한다.

필수 Tip! 'vì A nên B'의 형태로 사용하면 'A이기 때문에 (그래서) B이다'를 표현할 수 있다.

예시 템플릿 학습

Tôi thường xem phim 2 lần một tháng vì có nhiều việc.
Trên thế giới, phim Hàn Quốc bắt đầu nổi tiếng vì có nhiều diễn viên nổi tiếng.
Tôi hay đi xem phim với bạn tôi vì có thể giảm giá được.
Dạo này, công nghiệp phim Hàn Quốc dần dần phát triển và đa dạng nhiều hơn trước đây.
Khi có thời gian, tôi sẽ đi xem phim nhiều hơn.

Bài 14 여가활동(TV1)

• POINT 1 — chương trình

의미: [명사] 프로그램

활용 예시:

Trong TV(ti vi) có nhiều loại chương trình. TV에 많은 종류의 프로그램이 있다.
Chương trình tour này rất tốt. 이 투어 프로그램은 정말 좋다.
Lần này có nhiều chương trình hữu ích. 이번에 유익한 프로그램이 많이 있다.

> **필수 Tip!** TV 프로그램과 관련된 어휘는 아래와 같다.
> 'chương trình' 뒤에 아래 어휘를 붙여서 사용할 수 있다.
> **예** thời sự: 뉴스 giải trí: 예능 giáo dục: 교육 du lịch: 여행
> mua hàng: 홈쇼핑 đời sống: 라이프 thiếu nhi: 어린이
> khoa học: 과학

• POINT 2 — kênh

의미: [명사] 채널, 운하

활용 예시:

Trong nhiều kênh, tôi thích kênh thời sự. 많은 채널 중, 나는 뉴스 채널을 좋아한다.
Kênh 7 là kênh đài truyền hình nhà nước. 7번 채널은 국영 방송(국) 채널이다.
Kênh Panama 파나마 운하

> **필수 Tip!** 쉬운 어휘는 아니므로 암기가 어려울 경우
> point 1의 'chương trình'을 사용하는 것이 좋다.

• POINT 3 — khi rỗi thì tôi thường ~

의미: 한가할 때 나는 보통 ~

'rỗi'는 '한가한'을 의미하며, 'rảnh' 또한 동의어이다.

활용 예시:

Khi rỗi thì tôi thường xem TV ở nhà. 한가할 때 나는 보통 집에서 TV를 본다.
Khi rỗi thì tôi thường xem chương trình giải trí.
한가할 때 나는 보통 예능 프로그램을 본다.
Khi rỗi thì tôi thường học tiếng Việt. 한가할 때 나는 보통 베트남어를 공부한다.

필수 Tip! 대체할 수 있는 표현으로 'khi có thời gian(시간이 있을 때)'가 있다.

• POINT 4 — say mê

의미: [동사] 빠지다

'say'(빠지다)와 'mê'(동경하다)가 합성되어 사용되는 동사이다. 독립적으로도 사용 가능하다.

활용 예시:

Dạo này tôi say mê vào phim Hàn Quốc. 요즘 나는 한국 영화에 빠졌다.
Dạo này tôi say mê vào phim truyền hình Hàn Quốc.
요즘 나는 한국 드라마에 빠졌다.
Tôi rất say mê học tiếng Việt. 나는 베트남어 공부에 깊게 빠졌다.

필수 Tip! '~에 빠지다'로 사용할 경우, 전치사 'vào'를 'say mê' 뒤에 사용하면
의미 전달이 더욱 정확해진다.

tôi thấy / theo tôi

의미: 내 생각에는~

'thấy'는 '느끼다, 생각하다, 보이다'를 의미하며, 'theo'는 '따르다'를 의미한다.

활용 예시:

Tôi thấy xem TV rất tốt. 내 생각에 TV 보는 것은 매우 좋다.

Theo tôi, xem TV nhiều thì không tốt lắm.

내 생각에, TV를 많이 보는 것은 그다지 좋지 않다.

Tôi thấy học tiếng Việt rất hữu ích. 내 생각에 베트남어 공부는 매우 유익하다.

필수 Tip! 둘 다 큰 의미 차이는 없으나, 'theo tôi'를 쓸 경우
상대적으로 자신의 의견을 전달하는 느낌이 강하게 전해진다.

예시 템플릿 학습

Khi rỗi, tôi thường xem TV. Trong TV có nhiều chương trình thú vị mà tôi thấy phim truyền hình Hàn Quốc hay nhất.

Dạo này, tôi say mê vào một phim tên là A. Trong phim đó có nhiều diễn viên nổi tiếng. Khi rỗi thì tôi thường xem phim ấy và chương trình thời sự. Phim đó có thể xem trên kênh số 9.

나만의
템플릿!

Bài 15 여가활동(TV2)

POINT 1 — nghe nói

의미: 듣기로는

'nghe(듣다)'와 'nói(말하다)'가 함께 사용되어 '들은 것을 말하다(전하다)'를 의미한다.

활용 예시:

Nghe nói một chương trình tên là A rất hay.
듣기로는 A 프로그램은 정말 재미있다고 한다.

Tôi nghe nói anh ấy nói tiếng Hàn rất giỏi.
내가 듣기로 그는 한국어를 정말 잘 말한다고 한다.

Nghe nói có nhiều người nước ngoài rất thích xem chương trình âm nhạc Hàn Quốc.
듣기로는 한국 음악 프로그램 시청을 정말 좋아하는 외국인이 많이 있다고 한다.

필수 Tip! 위의 내용은 아직 정확하지 않거나 확신이 없는 의견을 전할 때 효과적이다.

POINT 2 — giới thiệu

의미: [동사] 소개하다, 추천하다

활용 예시:

Một bạn tôi giới thiệu phim truyền hình đó. 내 친구가 그 드라마를 추천한다.
Món giới thiệu của nhà hàng này rất ngon. 이 식당의 추천 음식은 정말 맛있다.
Hãy giới thiệu về bản thân. 자신에 대해 소개해보세요.

필수 Tip! 활용 예시의 마지막 문장은 실제 OPIc 출제 1번 문제로 대다수 등장하므로 필수 기억하는 것이 좋다!

• POINT 3   chán

의미: [형용사] 지루한

활용 예시:

Phim hoạt hình chán lắm. 만화 영화는 정말 지루하다.
Món này chán quá. 이 음식은 너무 질린다.
Buổi này chán nên tôi bắt đầu xem phim Mĩ.
이 시간이 지루해서 나는 미국 영화를 보기 시작했다.

> **필수 Tip!** 일상에서 '지루한'의 의미로 사용되며
> 음식에 대해 말할 때는 '질리는'으로도 사용가능하다.

• POINT 4   dành thời gian

의미: [동사구] 시간을 할애하다(시간을 준비해놓다)

'dành'은 '대비하다, 준비하다'의 의미를 지니며 'thời gian'은 '시간'을 의미한다.

활용 예시:

Tôi dành thời gian xem phim truyền hình. 나는 드라마 볼 시간을 할애한다.
Tôi dành thời gian để học tiếng Việt. 나는 베트남어 공부를 위해 시간을 할애한다.
Bạn tôi dành thời gian cho tôi để xem TV ở nhà tôi.
내 친구는 나의 집에서 TV 시청을 하기 위해 나를 위한 시간을 할애한다.

> **필수 Tip!** 의역하여 '시간을 보내다'로 이해하면 더욱 쉽게 이해할 수 있다.

• POINT 5

chiếu

의미: [동사] 상영하다

활용 예시:

Phim ấy đang chiếu ở rạp chiếu phim. 그 영화는 영화관에서 상영중이다.
Chương trình đó thường chiếu lúc 7 giờ tối. 그 프로그램은 보통 저녁 7시에 상영한다.
Phim 'Hoàng đế giả mạo' đã chiếu ở rạp vào năm 2012.
영화 '광해'는 2012년에 영화관에서 상영하였다.

> **필수 Tip!** 자주 사용되는 'chiều'는 '오후, 편도'의 뜻으로
> 위의 'chiếu'와는 전혀 다르니 발음에 유의해야 한다.

예시 템플릿 학습

Khi tôi là sinh viên, một bạn tôi đã giới thiệu một chương trình âm nhạc cho tôi.
Trước đây, tôi thấy tôi không thích xem chương trình âm nhạc vì hơi chán nhưng sau khi xem chương trình đó, tôi thường xuyên dành thời gian để xem chương trình ấy.
Nghe nói chương trình đó cũng nổi tiếng với người nước ngoài.
Chương trình ấy đã chiếu vào năm 2012.

**나만의
템플릿!**

여가활동(공연1)

• POINT 1 — đặt vé

의미: [동사구] 표를 예약하다

'đặt'은 '예약하다', 'vé'는 '티켓'을 의미한다.

활용 예시:

Tôi đặt vé kịch nhé. 내가 연극 티켓을 예약할게.
Trước khi xem kịch, tôi thường đặt vé trên internet.
연극을 보기 전에 나는 보통 인터넷에서 티켓을 예약한다.
Đặt vé trước thường có khuyến mại. 사전 티켓 예약은 보통 할인이 있다.

> **필수 Tip!** '인터넷상에서'를 의미하는 'trên internet' 대신 '휴대폰 어플리케이션으로'를 의미하는 'bằng ứng dụng điện thoại'를 사용하여도 좋다.

• POINT 2 — kịch / hòa nhạc

의미: [명사] 연극 / 콘서트

활용 예시:

Tôi thích xem kịch Hàn Quốc. 나는 한국 연극 보는 것을 좋아한다.
Tôi rất hi vọng đi xem hòa nhạc của BTS. 나는 BTS 콘서트 보러 가는 것을 희망한다.
Kịch ấy hơi buồn. 그 연극은 약간 슬프다.

> **필수 Tip!** 'kịch'은 주로 '연극(정극)'을, 'hòa nhạc'은 주로 '음악 콘서트'를 의미한다.

• POINT 3 — kinh nghiệm / trải nghiệm

의미: [명사 / 동사] 경험 / 경험하다(겪다)

활용 예시:

Tôi có kinh nghiệm đặc biệt về kịch Hàn Quốc.
나는 한국 연극에 대한 특별한 경험이 있다.
Tôi trải nghiệm đặc biệt về kịch Hàn Quốc.
나는 한국 연극에 대한 특별한 경험을 했다.

> **필수 Tip!** 'trải nghiệm' 대신 'có kinh nghiệm'(경험을 가지다)으로
> 표현할 수도 있다.

• POINT 4 — khuyến khích

의미: [동사] 권고하다, 장려하다, 북돋아 주다

활용 예시:

Kịch ấy khuyến khích tôi nhiều lắm. 그 연극은 나를 정말 많이 북돋아 주었다.
Sau khi xem kịch, tôi được khuyến khích nhiều.
연극을 본 후, 나는 많은 격려를 받았다.
Khuyến khích anh ấy đi làm. 그가 일하러 가도록 북돋아 주다.

> **필수 Tip!** 'khuyến khích + A + 동사'로 사용하면 'A가 동사하도록 북돋아 주다'를
> 의미한다.

• POINT 5

thư giãn

의미: [형용사] 긴장이 풀리는, 나른한

활용 예시:

Trong khi xem kịch, tôi thấy rất thư giãn. 연극을 보는 중, 나는 정말 나른함을 느꼈다.
Tôi thích xem kịch vì thư giãn. 나는 긴장이 풀리기 때문에 연극 보는 것을 좋아한다.
Không có thời gian để thư giãn. 나른해지기 위한 시간이 없다.

> **필수 Tip!** 위의 표현 대신 '편안한'의 의미를 지니는 'thoải mái'를 사용하여도 좋다.

예시 템플릿 학습

Tôi thích xem kịch (hòa nhạc) và thường xem kịch với một bạn tôi.
Tôi thường đặt vé trước vì có thể mua vé khuyến mại.
Gần đây có một kinh nghiệm đặc biệt.
Nội dung kịch rất cảm động nên tôi thấy kịch ấy giúp tôi khuyến
khích nhiều lắm. Sau khi xem kịch, tôi thấy rất thư giãn.
Lần sau, có thời gian thì tôi muốn đi xem kịch lại.

나만의
템플릿!

여가활동(공연2)

• POINT 1 động tác

의미: [명사] 동작

활용 예시:

Những động tác của diễn viên rất tao nhã. 배우의 동작들이 정말 우아하다.

Mỗi động tác có ý nghĩa. 각각의 동작들이 의미가 있다.

Động tác ấy rất cảm động. 그 동작은 매우 감동적이었다.

> **필수 Tip!** '동작' 대신 '행동, 행위'를 표현하고 싶을 경우 'hành động'을 사용하면 된다.

• POINT 2 biểu diễn

의미: [동사] 연기하다, 연출하다

활용 예시:

Diễn viên ấy biểu diễn rất hay. 그 배우는 연기를 매우 잘한다.

Kịch biểu diễn từ lúc 8 giờ tối. 연극은 저녁 8시부터 (연출을) 시작한다.

Sở thích của tôi là biểu diễn kịch. 나의 취미는 연극하기이다.

> **필수 Tip!** 'biểu diễn'이 어려울 경우, 앞서 배웠던 'diễn'을 사용하는 것을 추천한다.

• POINT 3   hết sức + 서술어

의미: 전적으로 서술어하다

'hết'은 '전적으로, 싹 다 ~하다', 'sức'은 '힘'을 의미한다.

활용 예시:

Diễn viên hết sức cố gắng biểu diễn nhiều động tác.
배우는 많은 동작을 연출하기 위해 전적으로 노력한다.
hết sức vui vẻ 전적으로 즐거운
hết sức hữu ích 전적으로 유익한

필수 Tip!   'hết sức'은 '매우'를 의미하는 'rất'의 강조 용법으로 볼 수 있다.

• POINT 4   giải tỏa căng thẳng

의미: [동사구] 스트레스를 풀다

'giải tỏa'는 '해소하다', 'căng thẳng'은 '긴장, 스트레스'를 의미한다.

활용 예시:

Mỗi khi xem kịch tôi có thể giải tỏa căng thẳng.
연극을 볼 때마다 나는 스트레스를 풀 수 있다.
Tôi thường xem phim để xả xì trét. 나는 스트레스를 풀기 위해 영화를 본다.

필수 Tip!   'xả xì trét' 또한 '스트레스를 풀다'를 의미한다.

lí do A là ~

의미: A인 이유는 ~이다

'lí do'는 명사로 '이유'를 의미한다. A에 원인에 대한 내용을 넣으면 된다.

활용 예시:

Lí do tôi thích xem kịch là có thể giải tỏa căng thẳng được.
내가 연극 보는 것을 좋아하는 이유는 스트레스를 풀 수 있기 때문이다.
Lí do tôi học tiếng Việt là tôi phải đi Việt Nam vào năm sau.
내가 베트남어를 공부하는 이유는 내년에 베트남을 가야 하기 때문이다.
Lí do làm như thế là gì? 그렇게 (행동)한 이유는 뭐니?

필수 Tip! 앞서 배운 원인 결과 구문인 'vì ~ nên'을 대신해서 사용할 수 있다.

예시 템플릿 학습

Có lúc đi xem kịch với một bạn tôi.
Có một kịch liên quan đến cổ truyện Hàn Quốc.
Động tác của diễn viên rất tao nhã.
Tất cả diễn viên hết sức cố gắng biểu diễn đẹp.
Lí do tôi thích đi xem kịch là có thể xả xì trét và không cần lo việc trong khi xem kịch.

나만의 템플릿!

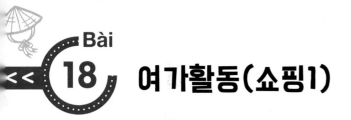

여가활동(쇼핑1)

• POINT 1

mua / bán

의미: [동사] 사다 / 팔다

활용 예시:

Tôi thường mua áo mới. 나는 보통 새로운 옷을 산다.
Ở đây bán đúng giá. 여기는 정가에 판매한다.
Mua bán ở Việt Nam rất đa dạng. 베트남에서의 사고파는 것은 매우 다양하다.

필수 Tip! 'mua bán'은 '사고파는 행위, 상거래'를 의미한다.

• POINT 2

sản phẩm / hàng

의미: [명사] 상품

활용 예시:

Sản phẩm Hàn Quốc rất sang trọng. 한국 상품은 정말 고급스럽다.
Hàng này đang mốt. 이 상품은 최신이다.

필수 Tip! 'sản xuất'은 '생산하다'를 의미하며 위의 '상품'과 함께 자주 사용된다.

• POINT 3 — lo

의미: [동사] 걱정하다

'lo lắng'으로 사용하여도 의미는 '걱정하다'로 동일하다.

활용 예시:

Chị gái của tôi thường lo về nhiều việc. 나의 누나는 보통 많은 일을 걱정한다.
Không có lo gì cả. 걱정할 것이 전혀 없다.
Đừng lo. 걱정하지 마.

필수 Tip!   'lo + 명사'는 '명사를 걱정하다'를 의미한다.

• POINT 4 — cỡ / sai

의미: [명사] 크기, 사이즈

'sai'는 영어 'size'의 베트남 발음이다.

활용 예시:

Cỡ này nhỏ quá. 이 사이즈는 너무 작다.
Áo sai bao nhiêu? 옷 사이즈가 몇이니?
Tôi thích mua những áo cỡ lớn. 나는 큰 사이즈 옷 구매를 좋아한다.

필수 Tip!   사이즈에 대해 주로 사용되는 형용사는 'nhỏ(작은), to / lớn(큰),
vừa(알맞은), chật(꼭 끼는)' 등이 있다.

• POINT 5

chức năng

의미: [명사, 형용사] 기능, 기능적인

활용 예시:

Chức năng cũng quan trọng. 기능 또한 중요하다.
Thời trang quan trọng hơn chức năng. 패션이 기능보다 더 중요하다.

필수 Tip! 'kĩ năng'은 '기술'을 의미하므로, '기능'으로 오해하지 않는 것이 중요하다.

예시 템플릿 학습

Khi mua sắm, tôi thích mua áo nhất.
Có nhiều sản phẩm nhưng tôi thích mua hàng Hàn Quốc.
Khi mua sắm, tôi không cần lo về việc của tôi.
Tôi thích mua áo cỡ lớn.
Chức năng áo quan trọng nhưng tôi thấy thời trang quan trọng hơn.
Mỗi khi có thời gian tôi hay đi mua sắm với bạn tôi.
Xin cảm ơn.

나만의
템플릿!

Bài 19 여가활동(쇼핑2)

• POINT 1 — trung tâm mua sắm

의미: [복합명사] 쇼핑센터

활용 예시:

Tôi hay đi trung tâm mua sắm A. 나는 A 쇼핑센터에 자주 간다.

Ở trung tâm mua sắm có nhiều hàng hóa hơn ở chợ.
쇼핑센터에는 시장보다 더 많은 제품이 있다.

> **필수 Tip!** 'trung tâm'은 '센터' 외에, '학원, 아카데미'의 의미도 있다.

• POINT 2 — đi bằng ~

의미: ~를 타고 가다

'bằng'은 '~로, ~에 의해, ~를 통해'를 의미하며, 주로 수단 및 방법을 표현할 때 사용하는 전치사이다.

활용 예시:

Khi đi mua sắm, tôi thường đi bằng xe buýt hoặc tàu điện ngầm.
쇼핑갈 때, 나는 보통 버스 또는 지하철을 타고 간다.

Anh thường đến trường bằng gì? 당신은 보통 무엇을 타고 학교에 가나요?

Người Hàn Quốc thích đi bằng phương tiện giao thông công cộng.
한국인들은 대중교통수단을 타고 가는 것을 좋아한다.

> **필수 Tip!** bằng 뒤에 자주 사용되는 교통수단은 아래와 같다.
> 예 xe ô tô / xe hơi: 자동차 xe buýt: 버스 tắc si: 택시
> xe đạp: 자전거 xe máy: 오토바이 xe ôm: 오토바이 택시
> tàu điện ngầm: 지하철 máy bay: 비행기

• POINT 3 — khuyến mại

의미: [명사] 세일, 할인판매

활용 예시:

Thỉnh thoảng, ở trung tâm mua sắm có hàng khuyến mại.
때때로, 쇼핑센터에는 세일 상품이 있다.
Nhà hàng ấy có khuyến mại. 그 식당은 할인이 있다.
Có chương trình giảm giá khuyến mại không ạ? 세일하는 할인 프로그램이 있나요?

> **필수 Tip!** 앞에서 배운 'sản phẩm, hàng'과 함께 자주 사용된다.

• POINT 4 — trôi qua

의미: [동사] (시간이) 지나가다

'trôi'(지나다, 흐르다)와 'qua'(통과하다)가 합쳐진 동사이다.

활용 예시:

Mỗi khi đi mua sắm, thời gian trôi qua rất nhanh.
쇼핑센터에 갈 때마다 시간이 너무 빠르게 지나간다.
Ngày tháng trôi qua vô ích. 세월이 무색하게 흘러간다.

> **필수 Tip!** 'trôi qua'는 시간과 관련된 표현에만 주로 사용된다.

• POINT 5   cùng với

의미: [부사] ~와 함께

부사 'cùng'(함께)와 전치사 'với'(~와)가 합쳐진 형태이다.

활용 예시:

Tôi hay đi mua cùng với bạn thân của tôi. 나는 나의 친한 친구와 함께 자주 쇼핑을 간다.
Cùng với gia đình, tôi thường xuyên đi ăn ở ngoài.
가족과 함께, 나는 주로 외식을 하러 간다.

필수 Tip!   'với'만 사용해도 영어의 'with'와 유사한 '~와'를 의미한다.

예시 템플릿 학습

Tôi thường xuyên đi mua sắm ở trung tâm mua sắm.
Khi đi trung tâm, tôi thường đi bằng ô-tô riêng.
Từ nhà tôi đến trung tâm mất khoảng 1 tiếng.
Thỉnh thoảng, ở trung tâm mua sắm có hàng khuyến mại.
Mỗi khi đi mua sắm, thời gian trôi qua rất nhanh.
Tôi hay đi mua cùng với bạn thân của tôi.
1 tháng trước tôi cũng đi mua sắm với bạn tôi tên là A.
Tôi xin hết.

나만의 템플릿!

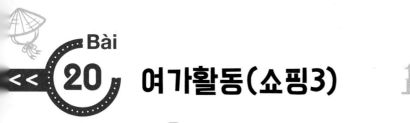
• POINT 1 — có lúc

의미: ~때가 있다

활용 예시:

Có lúc tôi trải nghiệm đặc biệt ở chợ. 나는 시장에서 특별한 경험을 한 적이 있다.
Cũng có lúc như thế. 또한 그러한 적이 있었다.

> **필수 Tip!** 'lúc'과 비슷한 '때'를 의미하는 'khi'를 대신 사용하여
> 'có khi'로 표현할 수도 있다.

• POINT 2 — bất tiện

의미: [형용사] 불편한

활용 예시:

Khi đi mua sắm ở chợ, giá cả không chính xác nên bất tiện rồi.
시장으로 쇼핑갈 때, 가격이 정확하지 않아서 불편하였다.
Người bán không thân thiện nên bất tiện lắm. 판매자가 불친절하여 정말 불편했다.

> **필수 Tip!** 'bất'은 부정의 의미를 나타내며 'tiện'은 '편리한'을 의미한다.

• POINT 3 — quyết định / quyết tâm

의미: [동사] 결정하다, 결심하다

활용 예시:

Tôi quyết định không bao giờ đến đây. 나는 이곳에 절대 오지 않기로 결정했다.
Quyết tâm của tôi không thay đổi. 나의 결심은 바뀌지 않는다.

> **필수 Tip!** 'định'만 사용하여도 '정하다, 결정하다'를 의미한다.

• POINT 4 — không bao giờ

의미: 절대(전혀) ~아니다

활용 예시:

Từ lúc ấy, tôi không bao giờ đi mua sắm ở chợ.
그때부터, 나는 시장에 쇼핑을 전혀 가지 않는다.
Chị ấy không bao giờ nói dối. 그녀는 거짓말을 전혀 하지 않는다.

> **필수 Tip!** 'chưa bao giờ + 서술어'는 '아직까지 전혀 ~하지 않는다'를 의미하며 이는 경험이 아직은 없음을 나타내며, 'không bao giờ'와는 의미가 다르므로 주의해야 한다.

• POINT 5

mỗi khi

의미: ~할 때마다

활용 예시:

Mỗi khi đi mua sắm, tôi chỉ đi trung tâm mua sắm thôi.
쇼핑갈 때, 나는 쇼핑센터만 간다.
Mỗi khi bắt đầu việc mới, tôi căng thẳng quá.
새로운 일을 시작할 때마다, 나는 정말 긴장한다.

> **필수 Tip!** 'mỗi'는 '각각'을 의미하며 'mỗi + 명사'는 '각각의 명사마다'를 의미한다.

예시 템플릿 학습

Có lúc tôi trải nghiệm đặc biệt ở chợ.
Khi đi mua sắm ở chợ, giá cả không chính xác hơn nữa,
người bán cũng không thân thiện nên bất tiện lắm.
Tôi quyết định không bao giờ đến đây.
Từ lúc ấy, tôi không bao giờ đi mua sắm ở chợ.
Mỗi khi đi mua sắm, tôi chỉ đi trung tâm mua sắm thôi.

나만의
템플릿!

Bài 21 취미/관심사(요리1)

• POINT 1

nấu ăn

의미: [동사] 요리하다

활용 예시:

Khi có thời gian, tôi thích nấu ăn. 시간이 있을 때, 나는 요리하는 것을 좋아한다.
Nấu ăn rất tốt để giải tỏa căng thẳng. 요리는 스트레스를 풀기에 너무 좋다.
Sở thích của tôi là nấu ăn. 나의 취미는 요리하기이다.

> **필수 Tip!** 'nấu'만 사용하더라도 '요리하다'를 의미한다.

• POINT 2

khẩu vị

의미: [명사] 입맛

활용 예시:

Khẩu vị của người rất đa dạng. 사람의 입맛은 정말 다양하다.
Món ăn Việt Nam rất hợp với khẩu vị tôi. 베트남 음식은 나의 입맛에 정말 맞다.

> **필수 Tip!** 'vị'만 사용하면 '맛'의 의미로 활용된다.

• POINT 3   ngon

의미: [형용사] 맛있는

활용 예시:

Món ăn Việt Nam ngon lắm. 베트남 음식은 정말 맛있다.
Tôi thấy món ăn ngon nhất là phở. 내가 느끼기에 가장 맛있는 음식은 쌀국수이다.

필수 Tip!   'ngon'과 'ngọt'은 의미가 다르므로 발음에 주의해야 한다.
'ngọt'은 '달달한'을 의미한다.

• POINT 4   cay / mặn

의미: [형용사] 매운 / 짠

활용 예시:

Tôi thích món cay. 나는 매운 음식을 좋아한다.
Người Hàn Quốc thường ăn món cay và mặn.
한국인은 보통 매운 음식과 짠 음식을 먹는다.

필수 Tip!   OPIc 시험 또는 기타 베트남어 말하기 시험에서
한국 음식에 관해 말할 때는 상대적으로 **맵고 짠** 맛으로 주로 표현한다.

• POINT 5

chua / ngọt

의미: [형용사] 신 / 달달한

활용 예시:

Món tráng miệng ngọt lắm. 디저트는 정말 달다.
Người Việt Nam thường ăn món chua và ngọt.
베트남인은 보통 시고 달달한 음식을 먹는다.

필수 Tip! OPIc 시험 또는 기타 베트남어 말하기 시험에서
베트남 음식에 관해 말할 때는 상대적으로 시고 단 맛으로 주로 표현한다.

예시 템플릿 학습

Khi có thời gian, tôi thích nấu ăn.
Nấu ăn rất tốt để giải tỏa căng thẳng.
Khi nói về khẩu vị của người, khẩu vị của người rất đa dạng.
Người Hàn Quốc thường ăn món cay và mặn.
Còn người Việt Nam thường ăn món chua và ngọt.
Tôi thấy món ăn ngon nhất là phở.
Vì món phở thơm và ngon.

나만의 템플릿!

취미/관심사(요리2)

• POINT 1

nướng

의미: [동사] 굽다

활용 예시:

Gà nướng là một món ăn nổi tiếng ở Việt Nam.
구운 닭은 베트남에서 유명한 음식 중 하나이다.
Trước hết, phải nướng. 우선, 구워야 합니다.

> **필수 Tip!**
> 베트남에서 메뉴판을 보면 음식이 어떤 요리법으로 만들어졌는지
> 유추할 수 있다.

• POINT 2

sôi / đun

의미: [동사] 끓이다

활용 예시:

Món gà có thể nấu với nước sôi. 닭 요리는 끓는 물에 요리할 수 있다.
Nóng như sôi. 끓을 듯이 덥다.

> **필수 Tip!**
> 'đun'은 '삶다'를 의미하며 'sôi'와는 의미 차이가 있으나
> 요리 주제에서는 동일한 의미로 사용하여도 무방하다.

• POINT 3 — rang / chiên

의미: [동사] 볶다

활용 예시:

Khi đi du lịch ở Việt Nam, tôi hay ăn cơm rang hải sản.
베트남에 여행갈 때 나는 해산물 볶음밥을 자주 먹는다.
Cơm chiên ở Việt Nam rất rẻ. 베트남에서 볶음밥은 매우 싸다.

필수 Tip! 'chiên'은 '볶다' 외에 '튀기다'의 의미 또한 지닌다.

• POINT 4 — rán / chiên

의미: [동사] 튀기다

활용 예시:

Gà rán Hàn Quốc cũng nổi tiếng ở Việt Nam.
한국의 치킨(닭 튀김)은 베트남에서도 유명하다.
Sau đó phải chiên trong khoảng 10 phút. 그 후 대략 10분 간 튀겨야 합니다.

필수 Tip! 'rán'은 주로 북부 지역에서 많이 사용되는 어휘이며
'chiên'은 남·중부 지역에서 많이 사용되는 어휘이나,
큰 구분은 두지 않고 사용 가능하다.

luộc / hầm

의미: [형용사] 데치다 / 삶다

활용 예시:

Khi ăn kiêng, tôi thường ăn trứng luộc. 다이어트 할 때, 나는 보통 삶은 달걀을 먹는다.
Gà hầm sâm rất tốt cho sức khỏe. 삼계탕은 건강에 정말 좋다.

필수 Tip! 'luộc'은 데치듯 삶는 요리 방법을 의미하며,
'hầm'은 찌개처럼 깊게 끓이며 삶는 요리 방법을 의미한다.

예시 템플릿 학습

Khi đi du lịch ở Việt Nam, tôi đã ăn món gà nhiều.
Trong đó, gà nướng là một món ăn nổi tiếng ở Việt Nam.
Món gà cũng nấu với nước sôi nhưng nướng ngon hơn.
Mỗi khi đi du lịch ở Việt Nam, tôi cũng ăn cơm rang hải sản vì rẻ và ngon.
Gần đây, tôi ngạc nhiên vì gà rán Hàn Quốc cũng nổi tiếng và bán ở nhiều nhà hàng Việt Nam.
Ở Hà Nội, cũng có một nhà hàng bán gà hầm sâm Hàn Quốc.
Tôi rất tự hào.

나만의
템플릿!

취미/관심사(요리3)

● POINT 1
vỉa hè

의미: [명사] 길거리, 보도

활용 예시:

Ở Việt Nam có nhiều vỉa hè. 베트남에는 거리가 많다.
Đừng đi xe máy trên vỉa hè. 거리 위로 오토바이를 타고 가지 마세요.

> **필수 Tip!** 'quán vỉa hè'는 '노상 식당'을 의미하며, 베트남 전역에서 쉽게 볼 수 있는 식당의 종류 중 하나이다.

● POINT 2
quán ăn / nhà hàng

의미: [명사] 식당, 레스토랑

활용 예시:

Dạo này, có nhiều quán ăn Việt Nam ở Hàn Quốc.
요즘, 한국에는 베트남 식당이 많이 있다.
Nhà hàng ngon và quán ăn ngon đều là nhà hàng nổi tiếng ở Việt Nam.
냐항 응온과 꽌안 응온은 모두 베트남에서 유명한 레스토랑이다.

> **필수 Tip!** 'quán + 음식명', 'nhà hàng + 음식명'으로 사용하면 '음식 전문점'을 의미한다.

• POINT 3

nguyên liệu

의미: [명사] 재료, 원료

활용 예시:

Nguyên liệu thì có thể mua ở chợ được. 재료의 경우, 시장에서 구매할 수 있다.
Người Việt Nam hay dùng nguyên liệu tự nhiên.
베트남인들은 천연(자연) 재료를 자주 사용한다.

> **필수 Tip!** 베트남인들이 주로 사용하는 식재료는 'thịt'(고기), 'rau'(야채),
> 'gạo'(쌀), 'mì'(밀) 등이 있다.

• POINT 4

hợp lí / phải chăng

의미: [형용사] 합리적인

활용 예시:

Ở Việt Nam có nhiều món ăn có giá cả phải chăng.
베트남에는 합리적인 가격을 지닌 음식이 많이 있다.
Khi đi mua sắm ở chợ, mua một cách hợp lí rất quan trọng.
시장에 쇼핑하러 갈 때, 합리적으로 사는 것은 정말 중요하다.

> **필수 Tip!** 'một cách' 뒤에 2음절 형용사가 오면 부사가 된다.

• POINT 5 — công thức

의미: [명사] 레시피 / 공식

활용 예시:

Công thức bánh mì Việt Nam không khó lắm.
베트남 바인미(바게트 샌드위치) 레시피는 그닥 어렵지 않다.

Tôi thích nấu món ăn với công thức của anh ấy.
나는 그의 레시피로 요리하는 것을 좋아한다.

công thức toán học 수학 공식

필수 Tip! 영어 단어 'recipe'를 쓸 수 있으나
베트남인들은 'công thức'을 더욱 많이 쓴다.

예시 템플릿 학습

Tôi bắt đầu có quan tâm đến món Việt Nam khi đi du lịch ở Việt Nam.
Việt Nam có nhiều quán vỉa hè.
Món ăn ở đó rẻ nhưng ngon lắm.
Cũng có nhà hàng sang trọng như quán ăn ngon, nhà hàng ngon.
Giá cả ở đó cũng phải chăng.
Người Việt Nam thích sử dụng nguyên liệu tự nhiên cho sức khỏe.
Công thức món Việt không khó lắm nên tôi cũng thích nấu ăn với công thức đó.
Khi có thời gian tôi vẫn nấu món ăn Việt Nam.

Bài 24 취미/관심사(독서1)

• POINT 1
thư viện

의미: [명사] 도서관

활용 예시:

Mỗi khi rỗi, tôi thường đi thư viện để đọc sách.
한가할 때마다, 나는 보통 책을 읽기 위해 도서관에 간다.
Thư viện quốc gia Việt Nam rất rộng. 베트남 국립 도서관은 매우 넓다.
Thư viện nằm ở gần nhà tôi. 도서관은 내 집 근처에 위치한다.

> 필수 Tip! '독서' 주제는 앞서 학습하였던 '영화, TV'와 맥락이 비슷하므로
> 너무 어렵게 템플릿을 만들지 않는 것이 중요하다.

• POINT 2
quán cà phê

의미: [명사] 카페, 커피숍

활용 예시:

Quán cà phê cũng là một nơi tốt để đọc sách.
카페도 독서하기에 좋은 장소 중 하나이다.
Quán cà phê "cộng" cũng nổi tiếng ở Hàn Quốc. 콩카페는 한국에서도 유명하다.
Sinh viên Hàn Quốc thích học ở quán cà phê.
한국 대학생은 카페에서 공부하는 것을 좋아한다.

> 필수 Tip! 그냥 'cà phê'만 사용할 경우 '커피'를 의미하므로 착오가 없어야 한다.

• POINT 3 — mượn

의미: [동사] 빌리다

활용 예시:

Tôi thường mượn sách 2 lần một tháng ở thư viện.
나는 보통 도서관에서 한 달에 2번 책을 빌린다.

Bạn tôi cho tôi mượn một quyển sách nổi tiếng.
내 친구는 유명한 책 한 권을 나에게 빌려주었다.

필수 Tip! 'mượn'은 무상으로 '빌림'을 의미한다.
또한, 'cho + 동사'는 '동사해주다'를 의미한다.

• POINT 4 — trong khi

의미: ~하는 동안

활용 예시:

Trong khi đọc sách tôi cũng thích nghe nhạc nhẹ.
책을 읽는 동안 나는 가벼운 음악을 듣는 것을 좋아한다.

Trong khi về nhà, tôi thường học từ vựng tiếng Việt.
귀가하는 동안 나는 보통 베트남어 어휘를 공부한다.

Trong khi tôi nấu ăn, mẹ tôi dọn nhà. 내가 요리하는 동안 엄마는 집을 정리하신다.

필수 Tip! 'trong khi'를 학습할 땐 함께 'trước khi'(~하기 전에)와
'sau khi'(~한 후에)를 함께 기억해두도록 한다.

• POINT 5

tác giả

의미: [명사] 작가

활용 예시:

Tôi thích tác giả tên là A. 나는 A라는 이름의 작가를 좋아한다.

Tôi là một người hâm mộ của tác giả ấy. 나는 그 작가의 팬 중 하나이다.

필수 Tip! 'tác giả'가 어려울 경우 'người viết sách'(책을 쓴 사람)으로 표현해도 된다.

🏮 예시 템플릿 학습

Mỗi khi rỗi, tôi thường đi thư viện để đọc sách.

Thư viện nằm ở gần nhà tôi nên không bất tiện lắm.

Tôi thường mượn sách 2 lần một tháng ở thư viện.

Quán cà phê cũng là một nơi tốt để đọc sách.

Sinh viên Hàn Quốc thích học ở quán cà phê.

Trong khi đọc sách tôi cũng thích nghe nhạc nhẹ.

Tôi thích tác giả tên là 김진명, nổi tiếng về tiểu thuyết lịch sử Hàn Quốc.

나만의
템플릿!

Bài 25 취미/관심사(독서2)

• POINT 1 bối cảnh

의미: [명사] 배경

활용 예시:

Bối cảnh nội dung của tiểu thuyết ấy là thời đại Joseon.
그 소설의 내용 배경은 조선시대이다.
Bối cảnh ở đó rất thơ mộng. 그곳의 배경은 정말 서정적이다.

> **필수 Tip!** 'cảnh'만 사용하면 '경치, 풍경'을 의미하기도 한다.
> 예로, 'cảnh phim'은 '영화 풍경'을 의미한다.

• POINT 2 nhân vật chính

의미: [명사] 주인공

'인물'을 의미하는 'nhân vật'과 '주요한'을 의미하는 'chính'이 합쳐진 형태이다.

활용 예시:

Nhân vật chính cuối cùng gặp hạnh phúc. 주인공은 마지막에 행복을 맞는다.
Trong phim ấy có hai nhân vật chính nam nữ. 그 영화에는 남녀 두 주인공이 있다.

> **필수 Tip!** 'nhân vật phụ'는 '보조 인물' 즉 '조연'을 의미한다.

• POINT 3 — thể loại

의미: [명사] 종류, 장르

활용 예시:

Thể loại tôi thích nhất là tiểu thuyết lịch sử.
내가 가장 좋아하는 장르는 역사 소설이다.
Văn học Việt Nam có nhiều thể loại. 베트남 문학은 많은 장르가 있다.

필수 Tip! 'loại'만 사용하여도 '종류'를 의미한다.

• POINT 4 — làm cho

의미: ~하게 하다

활용 예시:

Tiểu thuyết lịch sử làm cho tôi tưởng tượng. 역사 소설은 내가 상상하게 만든다.
Anh ấy làm cho tôi học tiếng Việt. 그는 내가 베트남어를 공부하게 만든다.
Cho tôi gặp chị ấy. 내가 그녀를 만나도록 해주세요.

필수 Tip! '(대상에게) 서술어 하도록 만들다'의 의미를 지닌 유사한 표현으로 'khiến cho + 대상 + 서술어'가 있다.

• POINT 5

nhớ / quên

의미: [동사] 기억하다 / 잊다

활용 예시:

Tôi vẫn nhớ người ấy. 나는 여전히 그 사람을 기억한다.
Sách đó không bao giờ quên được. 그 책은 절대 잊을 수 없다.

필수 Tip! 'nhớ'는 '기억하다' 외에 '그리워하다'의 의미 또한 지닌다.

예시 템플릿 학습

Trong nhiều thể loại sách tôi đã đọc, tôi thích thể loại lịch sử nhất.
Đặc biệt là tiểu thuyết lịch sử rất hay.
Tác giả là một tác giả tôi thích nhất.
Bối cảnh trong tiểu thuyết thường là thời đại cổ Hàn Quốc.
Tiểu thuyết lịch sử làm cho tôi tưởng tượng.
Tôi không bao giờ quên một quyển sách tên là 'Kokuryo'.
Khi có thời gian tôi muốn đọc lại.

나만의 템플릿!

Bài 26 취미/관심사(독서3)

• POINT 1 · khi nhỏ / khi trẻ

의미: 어릴 적에

활용 예시:

Khi nhỏ tôi thích đọc sách truyện tranh. 어릴 적에 나는 만화책 읽는 것을 좋아했다.
Khi trẻ tôi hay đi chơi với gia đình tôi. 어릴 적에 나는 내 가족과 자주 놀러갔다.

필수 Tip! 'khi'는 접속사로 '~할 때'를 의미한다.

• POINT 2 · đã từng + 서술어

의미: 서술어 하곤 했다

활용 예시:

Tôi từng đọc sách 2 tiếng mỗi ngày. 나는 매일 2시간씩 책을 읽곤 했다.
Anh ấy đã từng sống ở Hà Nội. 그는 하노이에서 살곤 했었다.
Tôi chưa từng ăn sầu riêng. 나는 아직 두리안을 먹어본 적이 없다.

필수 Tip! 'chưa bao giờ'는 'chưa từng'과 동일한 의미를 지닌다.

• POINT 3   ít khi

의미: 거의 ~않다

활용 예시:

Dạo này tôi ít khi đọc sách truyện tranh. 요즘 나는 만화책을 거의 읽지 않는다.

Anh ấy ít khi ăn cơm. 그는 밥을 거의 먹지 않는다.

필수 Tip! 앞에서 학습한 빈도부사와 함께 학습하는 것을 추천하며,
이보다 더 낮은 빈도를 표현할 경우, 'hiếm khi'를 사용하면 된다.

• POINT 4   có ích

의미: [형용사] 유익한

활용 예시:

Hiện nay tôi có quan tâm đến những sách có ích cho tôi.
요즘 나는 나에게 유익한 책에 관심이 있다.

Kinh tế Việt Nam dần dần phát triển nên nhà đầu tư cũng có ích nhiều hơn
trước đây.
베트남 경제는 점점 발전하였기 때문에 투자가들도 이전보다 더 많은 이익을 얻었다.

필수 Tip! 'có ích'의 반대 표현은 'vô ích'으로 '무익한'을 의미한다.

90

• POINT 5

trở thành

의미: [동사] ~가 되다

활용 예시:

Tôi đã trở thành một người hâm mộ của tác giả A. 나는 A 작가의 팬이 되었다.
Em ấy muốn trở thành bác sĩ trong tương lai. 걔는 장래에 의사가 되기를 원한다.

필수 Tip! 'trở thành'은 뒤에 명사만 위치할 수 있으며 '(형용사)의 상태가 되다'를 표현하기 위해서는 'trở nên + 형용사'를 사용하여야 한다.

예시 템플릿 학습

Khi nhỏ tôi thích đọc sách truyện tranh.
Tôi từng đọc sách truyện tranh 2 tiếng mỗi ngày.
Lúc đó thì rất thú vị nhưng dạo này, tôi ít khi đọc sách truyện tranh.
Hiện nay, tôi có nhiều quan tâm đến sách tiểu thuyết lịch sử.
Tác giả 김진명 là một tác giả tôi thích nhất.
Sau khi đọc sách của anh ấy, tôi đã trở thành một người hâm mộ của tác giả ấy.
Ngoài ra, tôi cũng thích đọc sách có ích cho tôi.
Khi rỗi tôi thường đọc sách ở quán cà phê với bạn tôi.

나만의
템플릿!

Bài 27 · 운동1

<<<

• POINT 1 — đi bộ / đi chạy / đi xe đạp

의미: [동사] 걷다 / 달리다 / 자전거 타다

활용 예시:

Tôi thích đi bộ. 나는 걷기를 좋아한다.

Tôi thường đi chạy ở công viên. 나는 보통 공원에서 달린다.

Anh ấy thích đi xe đạp ở gần sông Hàn. 그는 한강 근처에서 자전거 타는 것을 좋아한다.

필수 Tip!
'chạy bộ'는 '조깅하다, 경보하다'를 의미한다.
OPIc 문제 풀이 시 '달리기', '걷기', '자전거 타기' 등은 같은 템플릿으로
어휘만 바꿔가며 활용하는 것이 좋다.

• POINT 2 — ngắm cảnh

의미: [동사구] 풍경을 감상하다

활용 예시:

Tôi thích đi du lịch vì ngắm cảnh được.
나는 풍경을 감상할 수 있기 때문에 여행 가는 것을 좋아한다.

Ngắm cảnh đẹp rất tốt để xả xì trét.
아름다운 풍경을 감상하는 것은 스트레스 해소에 너무 좋다.

필수 Tip! 'cảnh'은 '풍경'을 의미하는 'phong cảnh'으로 바꿔 쓸 수 있다.

• POINT 3   đi qua

의미: [동사] 지나가다

활용 예시:

Anh phải đi qua đường này. 당신은 이 길을 지나가야 한다.
Đi qua nhiều nơi rồi. 많은 장소를 지나갔다.

필수 Tip!   'qua'만 사용하면 '지나다'를 의미한다.

• POINT 4   không cần

의미: [동사] 불필요하다

활용 예시:

Anh không cần lo. 당신은 걱정할 필요 없습니다.
Tôi không cần cái này. 나는 이것이 필요하지 않다.

필수 Tip!   'cần'을 학습할 때 같이 'nên + 동사'(~하는 게 낫다),
'phải + 동사'(~해야만 한다)와 함께 학습하는 것이 좋다.

• POINT 5   cảm thấy

의미: [동사] 느끼다

활용 예시:

Tôi cảm thấy thoải mái. 나는 편안함을 느낀다.
Phim này cảm thấy buồn. 이 영화는 슬픔이 느껴진다.

필수 Tip!   'thấy'만 사용하더라도 '느끼다'를 의미한다.

예시 템플릿 학습

Tôi thường đi chạy ở công viên vì rất thích.
Tôi thích đi chạy vì có thể ngắm cảnh đẹp.
Thường đi qua nhiều nơi như sông Hàn.
Khi đi chạy, tôi không cần lo việc nên rất tốt cho sức khỏe.
Mỗi khi đi chạy, tôi cảm thấy thoải mái.
Khi có thời gian, tôi vẫn đi chạy một mình hay với bạn tôi.
Xin cảm ơn.

나만의 템플릿!

Bài 28 운동2

<<

• POINT 1 giống nhau / khác nhau

의미: [동사구] 서로 같다 / 서로 다르다

활용 예시:

Tính cách khác nhau. 성격이 서로 다르다.
Tôi thích đi chạy đường giống. 나는 같은 길을 뛰는 것을 좋아한다.

> **필수 Tip!** 'nhau'는 서로를 의미하며, 'với nhau'로 사용할 경우
> '서로 함께'의 의미로 사용할 수 있다.

• POINT 2 trời + 날씨 형용사

의미: ~한 날씨

활용 예시:

Hôm nay trời đẹp. 오늘 날씨가 좋다.
Lúc trời ấm, tôi thích đi chạy. 날씨가 따뜻할 때 나는 달리는 것을 좋아한다.

> **필수 Tip!** 'trời'는 '하늘'을 의미하며, 베트남 사람들은 날씨를 이야기할 때
> '하늘이 ~하다'로 표현한다. 날씨 주요 형용사는 아래와 같다.
> **예** nóng: 더운 lạnh: 추운 mát: 시원한 ấm: 따뜻한
> ẩm: 습한 mưa: 비 오다

• POINT 3   vì A nên B

의미: A이기 때문에 B하다

활용 예시:

Vì tôi muốn đi Việt Nam nên tôi học tiếng Việt.
나는 베트남에 가길 원하기 때문에 베트남어를 공부한다.

Vì tôi không thích ướt nên thích đi chạy lúc trời ấm.
나는 젖는 것을 원치 않기 때문에 따뜻할 때 달리기하는 것을 좋아한다.

> **필수 Tip!** 'vì'를 대신하여 'tại vì', 'bởi vì', 'bởi' 등을 '~때문에'의 의미로
> 사용할 수 있다.

• POINT 4   trước khi

의미: ~하기 전에

활용 예시:

Trước khi ăn cơm, tôi thường rửa tay. 식사 전에, 나는 보통 손을 씻는다.
Trước khi đi chạy, tôi thường khởi động. 달리기 전에, 나는 보통 준비운동을 한다.

> **필수 Tip!** 앞서 학습했던 '~하는 동안'을 의미하는 'trong khi'와
> '~한 후에'를 의미하는 'sau khi'와 함께 학습하도록 하자.

• POINT 5 bị thương

의미: [동사] 상처 입다, 다치다

활용 예시:

Tôi hay bị thương. 나는 자주 다친다.
Chúng tôi phải khởi động để không bị thương.
우리는 다치지 않기 위해 준비운동을 해야 한다.

필수 Tip! 'bị + 서술어'는 부정 수동태를 의미하며, 주로 부정적인 일 또는 결과를 표현할 때 사용한다.

예시 템플릿 학습

Toi thích đi chạy từ khi nhỏ.
Tôi thích đi chạy đường giống nhưng bạn tôi thích đi chạy đường khác.
Khi trời ấm, tôi thích đi chạy, ngày trời mát cũng tốt.
Nhưng tôi không thích ướt nên không đi chạy lúc trời mưa.
Trước khi đi chạy, tôi thường xuyên khởi động để không bị thương.
Tôi thấy đi chạy rất thú vị.

나만의
템플릿!

Bài 29 운동3

• POINT 1 — giảm cân

의미: [동사구] 몸무게를 줄이다

활용 예시:

Tôi thích đi chạy để giảm cân. 나는 몸무게 감량을 위해 달리기하는 것을 좋아한다.
Giảm cân tốt cho sức khỏe. 몸무게 감량은 건강에 좋다.

> **필수 Tip!** 'cân'은 'kg(kilô-gam)'으로 표현할 수 있으며
> 반대 의미는 'thêm cân'(무게를 더하다)으로 쓸 수 있다.

• POINT 2 — giữ gìn sức khỏe

의미: 건강을 유지하다

활용 예시:

Anh phải đi chạy để giữ gìn sức khỏe.
당신은 건강을 유지하기 위해 달리기를 해야 한다.
Giữ gìn sức khỏe rất quan trọng. 건강을 유지하는 것은 매우 중요하다.

> **필수 Tip!** 'giữ gìn sức khỏe'는 'giữ sức khỏe'로 쓸 수 있지만,
> 베트남인들은 'giữ gìn sức khỏe'로 자주 사용한다.

• POINT 3 — giới thiệu

의미: [동사] 소개하다, 추천하다

활용 예시:

Bạn tôi giới thiệu cho tôi. 내 친구가 나에게 추천해줬다.
Hãy giới thiệu, tôi tên là A. 소개해주세요, 내 이름은 A입니다.

필수 Tip! 앞서 학습하였듯, 'giới thiệu'는 '소개하다'와 '추천하다' 두 의미로
자주 사용되므로 모두 기억하는 것이 좋다.

• POINT 4 — xả xì trét

의미: [동사구] 스트레스를 풀다

활용 예시:

Tập thể dục tốt để xả xì trét. 운동은 스트레스 해소에 좋다.
Xả xì trét rất quan trọng. 스트레스 해소는 매우 중요하다.

필수 Tip! 앞서 학습했던 'giải tỏa căng thẳng'과 번갈아가며 사용하는 것이
템플릿의 단조로움을 줄이는 데 좋다.

• POINT 5 đưa

의미: [동사] 데리고 가다, 건네주다

활용 예시:

Anh ấy đưa tôi đi chơi. 그는 나를 데리고 놀러갔다.
Bạn tôi đưa tôi đi chạy ở công viên. 내 친구는 나를 공원으로 데려가 달리기를 했다.

필수 Tip! 목적어가 '사람'일 경우 '데려가다'의 의미로,
목적어가 '사물'일 경우 '건네주다'의 의미로 사용된다.

예시 템플릿 학습

Tôi bắt đầu chạy để giảm cân.
Đi chạy rất tốt để giữ gìn sức khỏe.
Đầu tiên, một bạn tôi tên là 철수 đã giới thiệu về đi chạy cho tôi.
Đầu tiên thì rất khó nhưng có thể xả xì trét được nên tốt rồi.
Dạo này khi có thời gian, bạn ấy vẫn thường xuyên đưa tôi đi chạy ở công viên gần nhà tôi.
Tôi thấy đi chạy rất tốt để giữ gìn sức khỏe và tôi sẽ tiếp tục đi chạy một mình hay với bạn tôi.

**나만의
템플릿!**

Bài 30 휴가/출장(국내1)

• POINT 1 · nếu A thì B

의미: 만약 A라면 B하다

활용 예시:

Nếu học tiếng Việt tốt thì có thể xin việc được.
만약 베트남어 공부를 잘한다면 취업할 수 있다.
Nếu có thời gian, tôi thích đi nơi đó.
만약 시간이 있다면, 그 장소에 가는 것을 좋아한다.

> **필수 Tip!** '불가능한 가정'을 표현할 경우 'nếu' 대신 'giá'를 사용하여
> 'giá A thì B'의 형태로 표현할 수 있다.

• POINT 2 · có thể / không thể

의미: 할 수 있다 / 할 수 없다

활용 예시:

Tôi có thể nói tiếng Việt. 나는 베트남어를 말할 수 있다.
Nếu không thể đi, tôi sẽ nghỉ. 만약 갈 수 없다면, 나는 쉴 것이다.

> **필수 Tip!** 서술어 뒤에 'được'을 사용하여 'có thể + 서술어 + được',
> 'không thể + 서술어 + được'으로 표현할 수 있다.

• POINT 3 — món ăn

의미: [명사] 음식

활용 예시:

Món ăn này rất ngon. 이 음식은 정말 맛있다.
Mỗi nơi có món ăn riêng. 각 장소마다 고유의 음식이 있다.

필수 Tip! 앞서 학습하였듯, 'món'만 사용하더라도 '음식'을 의미한다.

• POINT 4 — nơi du lịch

의미: [명사] 여행지

활용 예시:

Hàn Quốc có nhiều nơi du lịch. 한국에는 여행지가 많이 있다.
Tôi thích đi nơi du lịch ở đó. 나는 그곳에 있는 여행지에 가는 것을 좋아한다.

필수 Tip! 'nơi' 대신 '장소'를 의미하는 'địa điểm'을 사용하여
'địa điểm du lịch'으로 표현할 수도 있다.

• POINT 5

đồ lưu niệm

의미: [명사] 기념품

활용 예시:

Trước khi về nước, tôi thường mua đồ lưu niệm. 귀국 전에, 나는 보통 기념품을 산다.
Đồ lưu niệm này đắt quá. 이 기념품은 너무 비싸다.

필수 Tip! '**đồ**'는 물건을 의미하며 '**lưu niệm**'은 '기념하는'을 의미한다.
'**lưu niệm**' 대신 '**kỉ niệm**'을 쓸 수 있지만, '**lưu niệm**'을 더 자주 사용한다.

예시 템플릿 학습

Mỗi khi đi du lịch, nếu có thời gian thì tôi thích đi nhà hàng truyền thống.
Khi đi công tác tôi cũng thích đi nhà hàng ngon.
Tôi thấy mỗi nơi có món ăn riêng.
Cũng thích đi du lịch có liên quan đến lịch sử và văn hóa.
Trước khi về nhà, tôi hay mua đồ lưu niệm cho gia đình tôi.
Đi du lịch rất thú vị.

나만의
템플릿!

Bài 31 휴가/출장(국내2)

• POINT 1
nghỉ mát / du lịch / công tác

의미: [동사] 피서가다 / 여행가다 / 출장가다

활용 예시:

Tôi thích đi nghỉ mát. 나는 피서가는 것을 좋아한다.
Du lịch rất thú vị. 여행은 정말 재미있다.
Tôi thường đi công tác ở Việt Nam. 나는 보통 베트남으로 출장을 간다.

> **필수 Tip!** '여행'과 '출장'의 템플릿은 주요 어휘인 '여행가다'와 '출장가다'만 다르게
> 바꿔 같은 내용으로 사용하는 것이 좋다.
> OPIc 시험에서 여행과 출장이 동시에 등장하는 경우는 극히 드물다.

• POINT 2
tập thể dục

의미: [동사] 운동하다

활용 예시:

Tôi hay đi tập thể dục. 나는 자주 운동하러 간다.
Tập thể dục rất tốt cho sức khỏe. 운동은 건강에 정말 좋다.

> **필수 Tip!** 'tập thể dục'은 '운동하다'를 의미하며
> 'chơi thể thao'는 '종목 운동을 하다'를 의미하여 미세한 차이가 있다.

• POINT 3   bữa ăn sáng

의미: [명사] 아침 식사

활용 예시:

Có bữa ăn sáng không? 아침 식사가 있나요?
Tôi thường xuyên ăn bữa sáng ở khách sạn. 나는 주로 호텔에서 아침 식사를 한다.

| 필수 Tip! | 'bữa'만 사용하여도 '식사'를 의미한다. '점심 식사'는 'bữa (ăn) trưa', '저녁 식사'는 'bữa (ăn) tối'로 표현할 수 있다. |

• POINT 4   khách sạn

의미: [명사] 호텔

활용 예시:

Hàn Quốc có nhiều khách sạn sang trọng. 한국에는 고급 호텔이 많이 있다.
Khách sạn ở Việt Nam rất đẹp. 베트남에 있는 호텔은 정말 아름답다.

| 필수 Tip! | '호텔' 외에 '일반 숙소'를 표현할 경우 'nhà nghỉ'를 사용하면 된다. 'nhà khách'은 '게스트 하우스'를 의미한다. |

tử tế

의미: [형용사] 친절한

활용 예시:

Người ấy rất tử tế. 그 사람은 정말 친절하다.
Anh là một người hiền và tử tế. 당신은 정말 선하고(착하고) 친절한 사람이다.

필수 Tip! '착한'을 표현할 때 사용하는 'ngoan'은 자신보다 어린 사람의 '착함'을 표현할 때 사용하는 어휘이므로 주의해야 한다.

예시 템플릿 학습

Mỗi khi đi nghỉ mát hay đi công tác, nếu tôi có thời gian thì tôi thích tập thể dục.

Tập thể dục rất tốt để giữ gìn sức khỏe.

Buổi sáng, tôi thường xuyên ăn bữa ăn sáng ở khách sạn.

Cho nên tôi thích ở khách sạn sang trọng vì có bữa ăn sáng ngon.

Trước đây, tôi đã ở một khách sạn và người làm việc ở đó rất tử tế nên tôi rất hài lòng rồi.

Nếu có thời gian, tôi muốn đi lại ở đó.

나만의 템플릿!

Bài
32 휴가/출장(국내3)

• POINT 1 bỗng nhiên

의미: [부사] 갑자기, 느닷없이

활용 예시:

Bỗng nhiên có nhiều mưa. 느닷없이 비가 많이 온다.
Bỗng nhiên, tôi đã bị ngã rồi. 갑자기 나는 넘어졌다.

> **필수 Tip!** 'đột nhiên'과 'bất thình lình' 또한 '갑자기'를 의미한다.
> 서로 바꿔가며 사용하는 것이 템플릿의 단조로움을 줄여줄 수 있다.

• POINT 2 mất

의미: [동사] 잃다, 걸리다

활용 예시:

Tôi đã mất tự do. 나는 자유를 잃었다.
Tôi mất ví rồi. 나는 지갑을 잃어버렸다.
Mất nhiều thời gian rồi. 많은 시간이 걸렸다.

> **필수 Tip!** 'mất + 시간명사'를 사용하면 구체적으로 걸린 시간을 표현할 수 있다.
> 이때, '대략'을 의미하는 'khoảng'과 함께 사용하는 것을 추천한다.

• POINT 3   bình tĩnh

의미: [형용사] 평정심 있는, 침착한

활용 예시:

Tôi hay mất bình tĩnh. 나는 평정심을 자주 잃는다.
Bình tĩnh đi! Việc sẽ ổn. 진정해! 일이 안정될 거야.

필수 Tip! '안정된'을 의미하는 'ổn định'과 함께 사용하기 좋은 어휘이다.

• POINT 4   giúp đỡ / hỗ trợ

의미: [동사] 돕다 / 지원하다

활용 예시:

Tôi giúp đỡ nhiều người. 나는 많은 사람들을 돕는다.
Tôi làm việc ở văn phòng hỗ trợ kinh doanh. 나는 경영 지원 사무실에서 일한다.

필수 Tip! 앞서 학습하였듯, 'giúp đỡ'와 비교하였을 때,
'hỗ trợ'는 공식적인 상황에서 더욱 자주 사용된다.

• POINT 5

giải quyết

의미: [동사] 해결하다

활용 예시:

Tôi phải giải quyết vấn đề này. 나는 이 문제를 해결해야만 한다.
May là giải quyết rồi. 다행히도 해결하였다.

필수 Tip! 'xử lí'는 '처리하다'를 의미하며, 업무 관련된 문제의 해결을
표현하고자 할 때 자주 사용한다.

예시 템플릿 학습

Trước đây, tôi có một kinh nghiệm khó.
Tôi đã đi du lịch ở một nơi.
Có kế hoạch rồi.
Bỗng nhiên trời bắt đầu mưa.
Cho nên tôi mất bình tĩnh rồi vì không thể làm theo kế hoạch rồi.
May là một người bạn đã giúp đỡ tôi để giải quyết vấn đề này.
Bạn ấy đưa tôi đi một trung tâm mua sắm ở đó.
Từ lúc đó, tôi và bạn ấy thân nhau và vẫn gặp nhau.
Tôi rất nhớ bạn ấy.

나만의
템플릿!

Bài 33 휴가/출장(해외1)

• POINT 1 — đảo / biển / núi

의미: [명사] 섬 / 바다 / 산

활용 예시:

Tôi thích đi du lịch ở đảo. 나는 섬으로 여행 가는 것을 좋아한다.
Thể thao biển rất thú vị. 해양 스포츠는 정말 재미있다.

> **필수 Tip!** 'đảo', 'biển', 'núi' 뒤에 이름이 위치하면
> '섬', '바다', '산'의 고유한 명칭을 표현할 수 있다.

• POINT 2 — mất khoảng + 시간

의미: [동사] 대략 (시간 단위)가 걸리다

활용 예시:

Từ đây đến đó mất khoảng 1 tiếng. 여기에서 거기까지 대략 1시간이 걸린다.
Mất khoảng 3 tiếng thì bình thường. 대략 3시간 걸리는 것은 일반적이다.

> **필수 Tip!** 앞서 학습하였듯 'mất'은 '잃다'를 의미하나, 시간명사와 함께 사용될 시
> '걸리다'의 의미로 사용된다. '얼마나 걸리니?'를 표현하기 위해서는
> 'mất' 뒤에 '얼마 동안?'에 해당하는 'bao lâu'를 사용하면 된다.

• POINT 3 văn hóa

의미: [명사] 문화

활용 예시:

Văn hóa Việt Nam rất đa dạng. 베트남 문화는 정말 다양하다.
Tôi thích văn hóa Việt Nam. 나는 베트남 문화를 좋아한다.

필수 Tip! 'văn hóa' 뒤에 '국가 명칭'이 위치하면 '해당 국가의 문화'를 표현할 수 있다.

• POINT 4 tính cách

의미: [명사] 성격

활용 예시:

Tính cách của người Việt Nam rất tử tế. 베트남인들의 성격은 정말 친절하다.
Tính cách của tôi rất tích cực. 내 성격은 정말 긍정적이다.

필수 Tip! 성격을 나타내는 주요 형용사는 아래와 같다.

예 hiền: 선한 ngoan: (아랫사람에게) 착한 tốt: 좋은
tốt bụng: 인자한 tử tế: 친절한 thân thiện: 우호적인
xấu: 나쁜 nóng tính: 다혈질의 khó tính: 깐깐한
dễ tính: 유순한 khủng khỉnh: 사교성이 없는

di tích lịch sử

의미: [명사] 역사유적

활용 예시:

Ở Việt Nam có nhiều di tích lịch sử. 베트남에는 역사유적이 많이 있다.
Hà Nội là một thành phố có nhiều di tích lịch sử.
하노이는 역사유적이 많은 도시 중 하나이다.

필수 Tip! '역사유적'과 유사한 상황에서 사용되는 어휘로는
'danh lam thắng cảnh(=tích)'이 있으며, 이는 '명승지'를 의미한다.

예시 템플릿 학습

Khi tôi đi du lịch hay(hoặc) công tác, nếu có thời gian thì tôi thích đi du lịch ở đảo.
Gần đây, tôi đã đi du lịch ở đảo Phú Quốc với gia đình tôi.
Từ Hàn Quốc đến Việt Nam đi bằng máy bay mất khoảng 5 tiếng.
Tôi thích đi du lịch Việt Nam vì tôi rất thích văn hóa Việt Nam.
Tôi cũng thích đi du lịch ở Hà Nội vì có nhiều di tích lịch sử.
Tôi thấy tính cách của người Việt Nam cũng tốt nên tôi thích đi Việt Nam.
Nếu có thời gian, tôi sẽ đi du lịch ở Việt Nam.

나만의 템플릿!

Bài 34 휴가/출장(해외2)

• POINT 1 | thị thực (=Visa)

의미: [명사] 비자

활용 예시:

Việt Nam có chế độ không cần thị thực trong 15 ngày.
베트남은 15일 간의 무비자 제도가 있다.

Nếu bạn đi Việt Nam lâu hơn 15 ngày, phải đăng kí Visa.
만약 당신이 15일 이상 베트남을 간다면, 비자를 신청해야 한다.

> **필수 Tip!** 베트남은 15일 무비자 기간이 있으며, 15일을 초과하는 기간에 대해서는 학생비자, 업무비자, 체류비자 등의 비자를 신청하여 입국하여야 한다. 비자는 대행사 또는 대사관에서 직접 신청할 수 있다.

• POINT 2 | khi A thì B

의미: A할 때면 B하다

활용 예시:

Khi đi du lịch ở nước ngoài, tôi hay tìm nhà hàng ngon.
해외여행을 갈 때, 나는 맛집을 자주 찾는다.

Khi tôi học tiếng Việt thì bố tôi đọc báo.
내가 베트남어를 공부할 때, 나의 아버지는 신문을 읽으신다.

> **필수 Tip!** '~면', '~의 경우'를 의미하는 'thì'는 생략 가능하며, 대신 ','를 넣어 잠깐 쉬어준 후 말하면 된다.

• POINT 3   hạng thương gia

의미: [명사] 비즈니스 클래스

활용 예시:

Khi đi du lịch ở nước ngoài, tôi thích dùng hạng thương gia.
해외여행을 갈 때, 나는 비즈니스 클래스를 이용하는 것을 좋아한다.
Dịch vụ của hạng thương gia rất tốt. 비즈니스 클래스 서비스는 정말 좋다.

> **필수 Tip!** '이코노미 클래스'는 'hạng nhì' 또는 'hạng phổ thông'으로
> 표현할 수 있다.

• POINT 4   tập gym

의미: [동사구] (헬스) 트레이닝을 하다

활용 예시:

Tôi thích tập gym, khi có thời gian. 나는 시간이 있을 때 트레이닝하는 것을 좋아한다.
Tôi thường đặt khách sạn sang trọng để tập gym.
나는 보통 헬스 트레이닝을 위해 고급 호텔을 예약한다.

> **필수 Tip!** 외국으로부터 유입된 문화를 지칭하는 명사는 베트남에서도
> 그 나라 언어를 그대로 쓰는 경우가 많다.

• POINT 5   ngoài A ra

의미: A 외에

활용 예시:

Ngoài Việt Nam ra, Ấn Độ cũng là một nước đang phát triển.
베트남 외에 인도 또한 개발도상국 중 하나이다.
Ngoài anh ấy ra, tôi cũng thích tiếng Việt. 그 외에, 나도 베트남어를 좋아한다.

필수 Tip!   'ra'는 생략 가능하다.

예시 템플릿 학습

Mỗi khi đi du lịch ở nước ngoài, tôi thường tìm cần Visa hay không cần.
Ở Việt Nam, khi muốn đi du lịch lâu hơn 15 ngày thì phải có Visa.
Ngoài ra, khi đi du lịch ở nước ngoài, tôi thích dùng hạng thương gia.
Cũng thích ở khách sạn sang trọng vì có thể tập gym được.
Gần đây, tôi đã đi du lịch ở Nha Trang với gia đình rồi.
Ở đó, tôi đã ở một khách sạn tên là A.
Dịch vụ và món ăn ở đó rất tốt.
Nếu có thời gian, tôi muốn đi lại ở đó.

나만의
템플릿!

Bài 35 휴가/출장(해외3)

• POINT 1 — chuẩn bị

의미: [동사] 준비하다

활용 예시:

Khi đi du lịch ở nước ngoài, tôi thường chuẩn bị nhiều thứ.
해외여행을 가기 전에, 나는 보통 많은 준비를 한다.
Chuẩn bị xong chưa? 준비는 다 했어?

필수 Tip! 'sẵn' 또한 '준비하다, 준비된'을 의미한다.

• POINT 2 — bảo hiểm

의미: [명사] 보험

활용 예시:

Khi đi du lịch ở nước ngoài, có bảo hiểm thì tốt hơn.
외국으로 여행갈 때, 보험이 있으면 더욱 좋다.
Việt Nam cũng có nhiều loại bảo hiểm. 베트남도 보험의 종류가 많이 있다.

필수 Tip! '보험에 들다, 가입하다'를 표현할 때 쉽게 'mua'(사다)를 사용하면 된다.

• POINT 3 — kế hoạch

의미: [명사] 계획

활용 예시:

Tôi có kế hoạch đến đó. 나는 거기에 가는 계획이 있다.
Kế hoạch của tôi thay đổi rồi. 나의 계획은 바뀌었다.

필수 Tip! '계획을 세우다'를 표현하기 위해서는 'lập'(세우다),
'làm'(하다, 만들다) 동사를 사용하면 된다.

• POINT 4 — xác nhận

의미: [동사] 확인하다

활용 예시:

Tôi đã xác nhận có thể dùng được hay không.
내가 사용할 수 있는지 아닌지 확인했다.
Anh hãy xác nhận họ tên của anh. 당신은 당신의 성명을 확인하세요.

필수 Tip! 유사한 표현으로는 '검사하다'를 의미하는 'kiểm tra'가 있다.

• POINT 5

nói bằng

의미: ~로 말하다

활용 예시:

Tôi thường nói bằng tiếng Anh. 나는 보통 영어로 말한다.
Tôi có thể nói bằng tiếng Việt. 나는 베트남어로 말할 수 있다.

필수 Tip! 앞서 학습하였듯 'bằng'은 수단, 방법, 재료를 의미하는 '~로'를 의미한다.

예시 템플릿 학습

Tôi có một kinh nghiệm đặc biệt.
Tôi có kế hoạch đi du lịch ở Việt Nam trong 1 tháng.
Cho nên tôi đã chuẩn bị Visa, bảo hiểm du lịch và nhiều thứ như áo, thuốc vân vân.
Tôi cũng đặt khách sạn rồi.
Nhưng bỗng nhiên, khi tôi xác nhận về thời tiết ở Việt Nam thì trong 1 tháng có nhiều ngày trời mưa.
Tôi gọi điện thoại cho khách sạn, nói bằng tiếng Việt, có thể thay đổi ngày hay không.
May là được nên tôi đã thay đổi ngày du lịch rồi.
Lúc đó, tôi rất ngạc nhiên.

휴가(집1)

• POINT 1 — ưu điểm

의미: [명사] 강점, 장점

활용 예시:

Ưu điểm nghỉ ở nhà là thoải mái. 집에서 쉬는 것의 장점은 편안하다는 것이다.

Ưu điểm của tôi là tính cách tích cực. 나의 장점은 긍정적인 성격이다.

필수 Tip! 'điểm mạnh' 또한 '강한 점, 강점'을 의미하여 위의 어휘를 대체할 수 있다.

• POINT 2 — nhược điểm

의미: [명사] 약점, 단점

활용 예시:

Khi ở nhà, nhược điểm là thời gian trôi qua rất nhanh.
집에 있을 때의 단점은 시간이 정말 빠르게 간다는 것이다.

Nhược điểm của tôi là tính cách tiêu cực. 나의 단점은 부정적인 성격이다.

필수 Tip! 'điểm yếu' 또한 '약한 점, 약점'을 의미하여 위의 어휘를 대체할 수 있다.

• POINT 3 — tùy theo~

의미: ~에 달려있다, ~에 따라

활용 예시:

Tùy theo thời tiết, tôi chọn nơi đi chơi. 날씨에 따라 나는 놀러갈 장소를 고른다.
Việc này tùy theo anh ấy. 이 일은 그에게 달려있다.

필수 Tip! 'tùy'만 사용해도 '~에 달려있다'를 표현할 수 있으며, 'theo'만 사용할 경우 '따르다'를 의미하여 역시 유사 의미를 표현할 수 있다.

• POINT 4 — nhất / hơn cả / hơn hết

의미: (베트남어 최상급) 가장~

활용 예시:

Tôi thích nghỉ ở nhà nhất. 나는 집에서 쉬는 것을 가장 좋아한다.
Tôi thích nghỉ ở nhà hơn cả. 위와 의미동일
Tôi thích nghỉ ở nhà hơn hết. 위와 의미동일

필수 Tip! '형용사' 또는 '선호 관련 동사'(좋아하다, 사랑하다 등)를 최상급으로 만들어주며, 강도는 'nhất' 〈 'hơn cả' 〈 'hơn hết' 순으로 볼 수 있으나 시험 때는 동일한 의미로 사용하도록 한다.

• POINT 5

nghỉ ngơi

의미: [동사] 쉬다

활용 예시:

Tôi thường nghỉ ngơi vào cuối tuần. 나는 보통 주말에 쉰다.
Nghỉ ngơi cũng tốt để giải tỏa căng thẳng. 쉬는 것 또한 스트레스 해소에 좋다.

필수 Tip! 'nghỉ'나 'ngơi' 각각의 의미 또한 '쉬다'이나, 베트남인들은 유사한 의미를 지닌 어휘를 함께 사용해 강조를 표현한다. '집에서 보내는 휴가'의 범주는 실제 '집 안에서'만 아니라 '집 근처'도 해당되므로 바깥에 나가 노는 것 또한 간과하지 말자.

예시 템플릿 학습

Khi có thời gian, tôi thích nghỉ ở nhà.
Ưu điểm của nghỉ ở nhà là rất thoải mái.
Cũng có nhược điểm là thời gian trôi qua rất nhanh.
Mỗi khi quyết định nơi đi chơi, tôi chọn tùy theo thời tiết.
Khi trời mưa, tôi thường nghỉ ở nhà.
Dạo này, tôi có nhiều việc nên thường xuyên mệt.
Vì vậy, tôi thích nghỉ ngơi hơn cả.
Khi ở nhà, tôi thích chơi với bạn tôi.
Với bạn tôi, tôi thường chơi game hoặc nấu món ăn ngon.
Cuối tuần này, tôi cũng gặp bạn tôi.

Bài 37 휴가(집2)

• POINT 1 — mở tiệc

의미: [동사구] 파티를 열다

활용 예시:

Khi nghỉ ở nhà, tôi cũng thích mở tiệc với bạn tôi.
집에 있을 때, 나는 친구와 파티를 여는 것도 좋아한다.
Mở tiệc ở nhà là một văn hóa ở Mĩ. 집에서 파티를 여는 것은 미국의 한 문화이다.

> **필수 Tip!** 'bữa tiệc' 또한 '파티'를 의미하나, 이는 '식사를 동반한 파티'를 의미한다.
> 그 밖에 'tổ chức' 또한 '개최하다'를 의미하여 'mở'를 대신할 수 있다.

• POINT 2 — ngày vui

의미: [명사] 기쁜 날

활용 예시:

Trong có nhiều ngày vui, tôi thường mở tiệc ở nhà.
많은 기쁜 날에, 나는 보통 집에서 파티를 연다.
Hôm nay là ngày vui cho tôi. 오늘은 나에게 기쁜 날이다.

> **필수 Tip!** 'ngày + 형용사'를 사용하면 '(형용사)한 날'을 표현할 수 있다.

• POINT 3 — hứng thú với

의미: [동사] ~에 흥미가 있다

활용 예시:

Dạo này tôi hứng thú với xem phim. 요즘 나는 영화에 흥미가 있다.
Tôi có hứng thú với tiếng Việt. 나는 베트남어에 흥미가 있다.

필수 Tip! 앞서 학습하였던 'quan tâm đến'(~에 관심이 있는) 또한 위의 어휘를 대체하여 사용할 수 있다.

• POINT 4 — luôn luôn

의미: [빈도부사] 항상

활용 예시:

Tôi luôn luôn có quan tâm đến phim Mĩ. 나는 미국 영화에 항상 관심이 있다.
Thời tiết luôn luôn thay đổi. 날씨는 항상 바뀐다.

필수 Tip! 앞서 학습하였던 다양한 빈도부사(thường xuyên, thường, hay, thỉnh thoảng 등)와 함께 학습하도록 한다.

• POINT 5   vừa A vừa B

의미: A하면서 B하다

활용 예시:

Tôi thích vừa xem phim vừa ăn món tráng miệng.
나는 영화를 보며 디저트를 먹는 것을 좋아한다.
Tôi vừa là giáo viên vừa là nghiên cứu sinh.
나는 선생이면서 동시에 연구생(박사과정 학생)이기도 하다.

필수 Tip!   'vừa A vừa B'에서 A, B는 '동사/형용사'가 위치하여야 하며, 두 가지 이상의 신분 또는 직위를 표현하기 위해서는 'vừa là A vừa là B'의 형태를 사용하여야 한다. 이때, A, B는 명사가 위치하여야 한다.

예시 템플릿 학습

Khi có ngày nghỉ thì dạo này, tôi luôn luôn nghỉ ngơi ở nhà.
Đặc biệt là tôi thích mở tiệc với bạn tôi.
Khi mở tiệc, tôi và bạn tôi thường xem phim.
Vì tôi và bạn tôi hứng thú với phim Mĩ.
Người Hàn Quốc thường mở tiệc vào ngày vui như sinh nhật, giáng sinh vân vân.
Tôi cũng thích vừa xem phim vừa ăn món tráng miệng.
Hiện nay tôi có nhiều việc nên không có thời gian mở tiệc nhưng nếu có thời gian thì tôi muốn mở tiệc lại với bạn tôi.

Bài 38 휴가(집3)

• POINT 1   say mê vào

의미: [동사] ~에 빠지다

활용 예시:

Khi ở nhà, dạo này tôi say mê vào đọc sách lịch sử.
집에 있을 때, 요즘 나는 역사책 읽는 것에 빠졌다.
Anh ấy say mê vào chị ấy. 그는 그녀에게 빠졌다.

> **필수 Tip!** 앞서 학습하였으나, 사용하면 좋은 유용한 표현이므로
> '~에'를 의미하는 전치사 'vào'와 함께 필히 익히도록 한다.

• POINT 2   càng A càng B

의미: A할수록 B하다

활용 예시:

Càng đọc sách lịch sử càng thấy hứng thú với lịch sử.
역사책을 읽을수록 역사에 흥미를 느낀다.
Càng sớm càng tốt. 이를수록 좋다 = ASAP

> **필수 Tip!** 베트남어 학습 시, 앞서 학습하였던 동시동작을 의미하는
> 'vừa A vừa B'와 함께 등장하는 표현이므로 기억하도록 한다.

• POINT 3 — nói chuyện / trò chuyện

의미: [동사] 이야기하다 / 담소를 나누다

활용 예시:

Tôi thích nói chuyện với bạn về lịch sử Hàn Quốc.
나는 한국 역사에 대해 친구와 이야기하는 것을 좋아한다.
Tôi thường xuyên gặp bạn để trò chuyện.
나는 주로 담소를 나누기 위해 친구를 만난다.

필수 Tip! 'nói chuyện'에 비해 'trò chuyện'은 '웃고 즐기며 떠들다'를 의미하는 '담소'의 성격이 강하다.

• POINT 4 — thử + 서술어

의미: (서술어)를 시도하다

활용 예시:

Tôi thử đọc sách lịch sử Việt Nam bằng tiếng Việt.
나는 베트남어로 베트남 역사 서적 읽는 것을 시도하였다.
Thử áo đi! 옷 입어봐(시도해봐)!

필수 Tip! 'thử + 서술어 + xem', '서술어 + thử' 또한 같은 의미로 사용된다.

Bài 39-53
돌발문제 / 상황(Role Play)

돌발문제(은행)

필수 어휘

ngân hàng	은행	tỉ giá	환율
mở tài khoản	계좌를 열다	ứng dụng điện thoại	휴대폰 어플리케이션
gửi(=chuyển) tiền	송금하다	tiền xu / tiền giấy	동전 / 지폐
số tiền	금액	đầu tư	투자하다
sổ tiết kiệm	예금 통장	vay tiền	대출하다
tiền lãi	이자	mã số	코드, 번호
đổi tiền	환전하다	máy rút tiền	현금인출기

• POINT 1 — mở tài khoản

의미: [동사구] 계좌를 개설하다, 계좌를 열다

활용 예시:

Tôi muốn mở tài khoản. 나는 계좌 개설을 원합니다.
Tôi đã đến ngân hàng để mở tài khoản. 나는 계좌 개설을 위해 은행에 갔다.

> **필수 Tip!** 'tài khoản'은 명사로 '계좌'를 의미한다.

• POINT 2 — rút tiền

의미: [동사구] 돈을 인출하다

활용 예시:

Tôi thường rút tiền ở ngân hàng. 나는 보통 은행에서 돈을 인출한다.
Máy rút tiền rất tiện lợi. 현금인출기는 매우 편리하다.

• POINT 3

phát triển

의미: [동사] 발전하다, 개발하다

활용 예시:

Ngân hàng Hàn Quốc rất phát triển rồi. 한국의 은행은 정말 발전했다.
Hàn Quốc là một nước phát triển. 한국은 선진국 중 하나이다.

• POINT 4

ứng dụng điện thoại

의미: 휴대폰 어플리케이션

활용 예시:

Ứng dụng điện thoại của ngân hàng rất tiện lợi.
은행의 휴대폰 어플리케이션은 정말 편리하다.
Ứng dụng điện thoại dạo này rất phát triển rồi.
요즘 휴대폰 어플리케이션은 정말 발전했다.

• POINT 5

bị hỏng

의미: [동사] 고장이 나다, 상하다

활용 예시:

Máy ATM thỉnh thoảng bị hỏng. ATM기가 가끔 고장이 난다.
Xe máy của tôi thường xuyên bị hỏng. 내 오토바이는 늘 고장이 난다.

필수 Tip! 기계 및 물건에 사용될 때는 '고장이 나다'의 의미로,
음식에 사용될 때는 '상하다'의 의미로 사용된다.

예시 템플릿 학습

Tôi có một kinh nghiệm đặc biệt ở ngân hàng.
Tôi phải gửi tiền cho bạn tôi.
Trước đây, để rút tiền, chúng ta phải đi ngân hàng nhưng hiện nay
không cần đến ngân hàng.
Vì có máy ATM nên có thể rút tiền ở đó.
Nhưng khi tôi đến máy ATM thì ATM đã bị hỏng và ngân hàng cũng
đóng cửa rồi.
May là tôi có thể sử dụng ứng dụng điện thoại của ngân hàng nên có
thể chuyển tiền cho bạn tôi được.
Tôi thấy ngân hàng Hàn Quốc rất phát triển rồi.

Bài 40 돌발문제(호텔)

필수 어휘

khách sạn	호텔	xác nhận	확인하다
đặt phòng	방을 예약하다	họ tên đầy đủ	성명, full name
thuê phòng	방을 빌리다	điều chỉnh	조절하다
bữa (ăn) sáng	아침 식사	máy điều hòa	에어컨(=máy lạnh)
chìa khóa phòng	방 열쇠	tiếp tân	리셉션, 안내원
đổi phòng	방을 바꾸다	nhận(trả) phòng	방에 입실(퇴실)하다
bất tiện	불편한	hủy đặt phòng	방 예약을 취소하다

• POINT 1  đặt phòng

의미: [동사구] 방을 예약하다

활용 예시:

Tôi thường đặt phòng trước khi đến. 나는 보통 가기 전에 우선 방을 예약한다.
Đặt phòng trên internet rất thuận lợi. 인터넷으로 방 예약은 정말 편리하다.

필수 Tip! 'đặt trước'은 '우선 예약하다'를 의미하며, 위의 'đặt'을 대신해 사용할 수 있다.

• POINT 2 phòng đơn / phòng đôi / phòng đa chức năng(suite)

의미: [명사구] 싱글룸 / 더블룸 / 스위트룸

활용 예시:

Tôi đã đặt một phòng đơn. 나는 싱글룸 하나를 예약했다.
Phòng đa chức năng khá đắt nhưng tiện lợi. 스위트룸은 꽤 비싸지만 편리하다.

필수 Tip! 베트남에서는 위와 같이 베트남어로 방의 종류를 표기하기도 하나 호텔에서는 보편적으로 영어로 표기하는 경우 또한 많다.

• POINT 3

bao gồm

의미: [동사] 포함하다

활용 예시:

Tôi thường đặt phòng bao gồm bữa sáng. 나는 보통 아침 식사가 포함된 방을 예약한다.
Tiền phòng này chưa bao gồm ăn sáng. 이 방 가격은 아침 식사를 포함하지 않는다.

필수 Tip! '포함하지 않는다'를 표현할 때는 'chưa bao gồm'과 'không bao gồm'을 모두 사용해도 된다.

• POINT 4

điều chỉnh

의미: [동사] 조절하다, 통제하다

활용 예시:

Vì bị hỏng nên tôi không thể điều chỉnh được.
고장이 났기 때문에 나는 조절할 수가 없다.

필수 Tip! 주로 기계류를 '통제, 조절하다'에서 사용되나 회사에서는 '운영하다'의 의미로 사용되기도 한다.

• POINT 5

đổi phòng

의미: [동사구] 방을 바꾸다

활용 예시:

Vì không tốt nên tôi đã đổi phòng rồi. 좋지 않기 때문에, 나는 방을 바꾸었다.

Nhân viên khách sạn giúp tôi đổi phòng.

호텔 직원이 내가 방을 바꾸는 것을 도와주었다.

필수 Tip! 'đổi A sang B'로 사용할 경우 'A를 B로 바꾸다'를 의미한다.
이때 'sang'은 '~로'를 의미한다.

예시 템플릿 학습

Khi tôi đi du lịch, tôi thích ở khách sạn sang trọng.

Tôi thường đặt phòng trước khi đi du lịch.

Một lúc, tôi đã thuê một phòng đơn bao gồm bữa sáng.

Khi tôi đến, tôi ngạc nhiên vì máy điều hòa trong phòng tôi bị hỏng rồi.

Không thể điều chỉnh nhiệt độ được.

Cho nên tôi gọi cho tiếp tân để đổi phòng.

May là nhân viên khách sạn giúp tôi nên có thể đổi phòng được.

Vì tử tế, tôi thích đến khách sạn đó.

Khi có thời gian tôi muốn đến khách sạn lại.

돌발문제(패션)

필수 어휘

cửa hàng	가게	đắt(=mắc) ↔ rẻ	비싼 ↔ 싼
trung tâm mua sắm	쇼핑센터	trả(=lấy) lại tiền	환불하다
trực tuyến	온라인의	quần áo	옷
giảm(=bớt) giá	할인하다	kho	창고
mặc cả	흥정하다		
hàng(=sản phẩm)	상품	nhập	입고하다
trả tiền	지불하다	khuyến mại	할인, 세일
tiền mặt ↔ thẻ	현금 ↔ 카드	mua hớ	바가지 쓰다

• POINT 1

mua / bán

의미: [동사] 사다 / 팔다

활용 예시:

Tôi thích mua áo. 나는 옷 구매를 좋아한다.
Ở đây bán rất đắt. 여기는 정말 비싸게 판다.

필수 Tip! 'mua bán'으로 사용하면 '사고팔다'를 의미하며
이는 곧 '상거래하다'의 의미로도 사용된다.

• POINT 2

khuyến mại

의미: [명사] 할인, 세일

활용 예시:

Cửa hàng này có nhiều hàng khuyến mại. 이 가게는 할인 상품이 많이 있다.
Có khuyến mại đến cuối tuần này. 이번 주말까지 할인이 있다.

> **필수 Tip!** 'khuyến mãi'는 동사 또는 형용사로 '할인하다, 할인의'를 의미하므로 발음에 주의해야 한다.

• POINT 3

tiền mặt / thẻ

의미: [명사] 현금 / 카드

활용 예시:

Tiền mặt thì có thể giảm giá được. 현금이면 할인 가능하다.
Ở đây có nhận thẻ à? 여기 카드도 받나요?

> **필수 Tip!** 주로 'thẻ' 뒤에는 '신용'을 의미하는 'tín dụng'이 합쳐져 '신용카드'의 의미로 자주 사용된다.

• POINT 4

bị hớ

의미: [동사] 바가지 쓰다

활용 예시:

Tôi bị hớ rồi. 나는 바가지를 썼다.
Ở chợ chúng ta dễ bị hớ. 시장에서 우리는 쉽게 바가지를 쓴다.

> **필수 Tip!** 'hớ giá'로 사용할 경우 '바가지요금'을 의미한다.
> 이와 반대로 '정가'는 'đúng giá'로 표현할 수 있다.

• POINT 5

trực tuyến

의미: [형용사] 온라인의

활용 예시:

Mua sắm trên trực tuyến rất tiện lợi. 온라인 쇼핑은 매우 편리하다.
Trực tuyến không rõ hơn trực tiếp. 온라인은 직접(보는 것)보다 불분명하다.

필수 Tip! 베트남에서는 영어 'online' 또한 통용된다. 위의 표현이 어려울 경우 'trên internet'으로 사용하도록 하자.

예시 템플릿 학습

Khi có thời gian, tôi thích đi mua sắm ở chợ, trung tâm mua sắm hay cửa hàng nhỏ.
Một lúc, tôi đi mua áo với bạn tôi ở chợ.
Mua sắm ở chợ hơi khó vì dễ bị hớ nhưng cũng có nhiều hàng khuyến mại nên tôi quyết định đến chợ.
Hơn nữa, nếu mua hàng bằng tiền mặt thì có thể giảm giá được.
Dạo này, tôi cũng có quan tâm đến mua sắm trực tuyến vì rất phát triển rồi.
Mặc dù hàng trực tuyến không rõ nhưng rất tiện lợi.
Cho nên tôi thỉnh thoảng mua sắm trên internet.

Bài 42 돌발문제(전화 통화)

필수 어휘

điện thoại	전화	vắng rồi	부재중이다
gọi(= gợi)	걸다	gọi nhầm	잘못 걸다
bật ↔ tắt	켜다 ↔ 끄다	tiếng chuông ↔ chế độ rung	벨소리 진동모드
nghe(=nhận) điện thoại	전화를 받다	thẻ Sim	심(=유심)카드
hẹn gặp	만남을 약속하다	mạng wifi	와이파이 망
cuộc điện thoại	전화 통화	tin nhắn	메시지
máy đang bận	통화 중이다	nhắn tin	메시지하다

• POINT 1 gọi điện thoại

의미: [동사] 전화를 걸다

활용 예시:

Tôi thường gọi điện thoại để hẹn gặp bạn tôi.
나는 보통 내 친구를 만날 약속을 위해 전화를 건다.
Gọi điện thoại quốc tế rất đắt. 국제전화를 거는 것은 정말 비싸다.

> **필수 Tip!** 'gợi' 또한 '걸다'의 의미로 사용하나 'gọi'의 사용빈도가 더욱 높으므로 기억하도록 하자.

• POINT 2 cuộc điện thoại

의미: [명사] 전화 통화

활용 예시:

Cuộc điện thoại với bạn rất thú vị. 친구와의 전화 통화는 정말 재미있다.
Cuộc điện thoại với người Việt Nam rất hay. 베트남인과의 전화 통화는 정말 재미있다.

필수 Tip! 'cuộc'은 '둘 이상의 사람과 일어날 수 있는 일'을 의미한다.
뒤에 동사가 위치하여 '동사하는 일'을 의미한다.
예 cuộc họp: 회의, 미팅

 **POINT 3** tiếng chuông ↔ chế độ rung

의미: [명사구] 벨소리 ↔ 진동모드

활용 예시:

Khi làm việc, tôi thường dùng chế độ rung. 일을 할 때, 나는 보통 진동모드를 사용한다.
Tôi thường dùng tiếng chuông để ngủ dậy. 나는 보통 기상을 위해 벨소리를 사용한다.

필수 Tip! 'tiếng'은 '소리, 시간(단위명사)'을 의미하며,
'chế độ'는 '제도, 모드'를 의미한다.

 **POINT 4** thẻ Sim

의미: [명사구] 유심카드, 심 카드

활용 예시:

Khi dùng điện thoại ở Việt Nam, chúng ta phải mua thẻ Sim.
베트남에서 전화를 사용할 때, 우리는 유심카드를 구매해야 한다.

Thẻ Sim có 2 loại là trả trước và trả sau.
유심카드는 보통 선불과 후불 2종류가 있다.

• POINT 5 — nhắn tin

의미: [동사구] 문자(메시지)를 보내다

활용 예시:

Tôi thường nhắn tin để nói chuyện với bạn tôi.
나는 보통 내 친구와 대화하기 위해 문자(메시지)를 보낸다.
Nhắn tin bằng Kakao rất tiện lợi. 카카오를 통해 메시지를 보내는 것은 정말 편리하다.

필수 Tip! 'tin nhắn'은 '문자, 메시지'를 의미하는 명사이므로 혼동에 주의한다.

예시 템플릿 학습

Khi chúng ta hẹn gặp bạn thì thường gọi điện thoại cho bạn tôi.
Tôi cũng vậy. Khi khẩn cấp tôi thường gọi điện thoại nhưng thường
thì nhắn tin cho bạn tôi. Người Hàn Quốc thích dùng Kakao vì tiện
lợi.
Ngoài gọi điện thoại, tôi thường dùng tiếng chuông để ngủ dậy.
Khi làm việc thì tôi thường dùng chế độ rung. Khi sử dụng điện
thoại ở Việt Nam, phải mua thẻ Sim. Thẻ Sim ở Việt Nam có 2 loại
là thẻ Sim trả trước và trả sau.

돌발문제(병원)

필수 어휘

bệnh viện	병원	mặt(mắt, tai, mũi, miệng, má, tóc, đầu)	얼굴(눈, 귀, 코, 입, 볼, 머리카락, 머리)
đau (ốm)	아프다	(ổ) bụng	배, 복부
sốt, cảm	열, 감기	ngực	가슴
ho	기침하다	tay, chân	팔, 다리
mệt mỏi	피곤한	lưng	등
chóng mặt	어지러운	vai	어깨
đo	측정하다	tim, phổi, gan, dạ dày, đại tràng, máu	심장, 폐, 간, 위, 대장, 피

• POINT 1 bị + 동사

의미: [동사] 당하다(부정 수동태)

활용 예시:

Tôi đã bị cảm rồi. 나는 감기에 걸렸다.
Em ấy đã bị mẹ em ấy phê bình. 걔는 걔 어머니에게 혼났다.

> **필수 Tip!** 'bị + 동사'와 반대로 'được + 동사'는 일반적, 긍정적 수동태를 표현한다.

• POINT 2 kiểm tra sức khỏe

의미: [동사구] 건강검진하다

활용 예시:

Tôi thường kiểm tra sức khỏe một lần một năm. 나는 보통 1년에 한 번 건강검진을 한다.

Kiểm tra sức khỏe rất quan trọng. 건강검진은 정말 중요하다.

• POINT 3 — khám bệnh

의미: [동사구] 병을 진찰하다, 진찰받다

활용 예시:

Tôi thường khám bệnh khi bị ốm. 나는 아플 때 보통 진찰을 받는다.
Hệ thống khám bệnh ở Hàn Quốc rất phát triển rồi.
한국의 병 진찰 체계는 정말 발전했다.

• POINT 4 — khỏi bệnh

의미: [동사구] 병이 낫다

활용 예시:

Sau khi uống thuốc, tôi khỏi bệnh rồi. 약을 먹은 후, 나는 병이 나았다.
Để khỏi bệnh, em phải đi bệnh viện khám.
병이 낫기 위해, 너는 병원에 가서 진찰받아야 한다.

• POINT 5   uống thuốc

의미: [동사구] 약을 먹다(마시다)

활용 예시:

Mỗi khi bị ốm, tôi thường uống thuốc. 아플 때마다 나는 보통 약을 먹는다.
Uống thuốc nhiều không tốt cho sức khỏe. 약을 많이 먹는 것은 건강에 좋지 않다.

필수 Tip!   '약을 먹는다'를 표현할 때는 동사 'uống'(마시다)을 사용한다.

예시 템플릿 학습

Khi bị ốm, tôi thường đi bệnh viện để khám bệnh.
Ngoài ra, tôi cũng đi bệnh viện để kiểm tra sức khỏe một lần một năm.
Hệ thống bệnh viện ở Hàn Quốc rất phát triển rồi.
Mỗi khi có bệnh, tôi thường uống thuốc để khỏi bệnh.
Nếu uống thuốc nhiều thì không tốt cho sức khỏe.
Vì vậy, tôi thích tập thể dục để giữ gìn sức khỏe.
Người Hàn Quốc cũng tập thể dục nhiều.
Năm nay, tôi cũng định đi bệnh viện để kiểm tra sức khỏe.
Sức khỏe rất quan trọng.

Bài 44 돌발문제(약속)

필수 어휘

gặp	만나다	ăn món ăn ngon	맛있는 음식을 먹다
hẹn	약속하다	trò chuyện	담소를 나누다
hứa	약속하다	giải tỏa căng thẳng	스트레스를 풀다
gọi điện thoại	전화를 걸다		

• POINT 1 hẹn

의미: [동사] 약속하다

활용 예시:

Tôi thường có hẹn với bạn tôi. 나는 보통 내 친구와 약속이 있다.
Hẹn gặp lại. 다시 만나자.

> **필수 Tip!** '약속'을 의미하는 명사는 'cuộc hẹn'이지만,
> 'hẹn'만 사용해도 구어체에서는 명사의 뜻을 갖는다.

• POINT 2 gặp

의미: [동사] 만나다

활용 예시:

Tôi thường gặp bạn ở gần nhà tôi. 나는 보통 내 집 근처에서 친구를 만난다.
Tôi thích gặp bạn vì rất thú vị. 나는 정말 재미있기 때문에 친구를 만나는 것을 좋아한다.

• POINT 3 gọi điện thoại

의미: [동사구] 전화를 걸다

활용 예시:

Trước khi gặp bạn, tôi thường gọi điện thoại cho bạn tôi.
친구를 만나기 전에, 나는 보통 내 친구에게 전화를 건다.

Khi gọi điện thoại, tôi thường nói nhanh. 전화를 걸 때, 나는 보통 빠르게 말한다.

• POINT 4 giải tỏa căng thẳng

의미: [동사구] 스트레스를 해소하다, 풀다

활용 예시:

Tôi thường gặp bạn tôi để giải tỏa căng thẳng.
나는 보통 스트레스를 해소하기 위해 내 친구를 만난다.

Tập thể dục là một phương pháp để giải tỏa căng thẳng.
운동은 스트레스를 해소하기 위한 방법 중 하나이다.

• POINT 5

trò chuyện

의미: [동사] 담소를 나누다

활용 예시:

Khi gặp bạn, chúng tôi thường trò chuyện ở quán cà phê.
친구를 만날 때, 우리는 보통 카페에서 담소를 나눈다.
Tôi thường gặp bạn để trò chuyện. 나는 보통 담소를 나누려고 친구를 만난다.

> **필수 Tip!** 'nói chuyện'은 앞서 학습하였듯, '대화하다'를 의미하여
> 미세한 차이가 있으므로 참고하도록 한다.

예시 템플릿 학습

Khi có thời gian, tôi thường gặp bạn tôi tên là OO.
Chúng tôi thường gặp nhau để trò chuyện ở quán cà phê, ăn món ăn ngon hoặc xem phim.
Sau khi gặp bạn, tôi rất vui vì có thể giải tỏa căng thẳng và không còn lo nhiều.
Trước khi gặp bạn ấy, tôi thường gọi điện thoại cho bạn tôi để chọn nơi gặp, thời gian gặp, chơi gì vân vân.
Dạo này, tôi không có nhiều thời gian nên không gặp bạn ấy nhiều.
Khi rỗi, tôi muốn gặp bạn ấy để trò chuyện.

Bài 45 돌발문제(날씨 / 계절)

필수 어휘

thời tiết	날씨	mùa	계절
khí hậu	기후	xuân, hạ(=hè), thu, đông	봄, 여름 가을, 겨울
nóng	더운	thay đổi	바뀌다
lạnh	추운	trời	하늘, 날씨
mát	시원한	miền bắc, miền+(trung, nam)	북부 지역, (중부, 남부) 지역
khô	건조한	đông, tây, nam, bắc	동, 서, 남, 북
ẩm	습한	trung bình	평균의

• POINT 1

trời + 날씨 형용사

의미: ~한 날씨

활용 예시:

Hôm nay trời sẽ lạnh.(↔nóng) 오늘은 날씨가 추울(↔더울) 것이다.
Trời sẽ đẹp. 날씨가 좋을 것이다.

필수 Tip! 앞서 학습하였듯, 'trời'는 위 표현에서 주어에 해당하며 날씨 형용사를 서술어로 보면 된다.

• POINT 2

mùa

의미: [명사] 계절

활용 예시:

Miền Bắc Việt Nam có 4 mùa. 베트남 북부지역은 4계절이 있다.

148

Hàn Quốc có 4 mùa là mùa xuân, hè, thu và đông.
한국은 4계절이 있는데, 이는 봄, 여름, 가을 그리고 겨울이다.

필수 Tip!   'là'는 '은/는 ~이다'의 의미로 학습하였으나, 위의 예시에서는
'4계절'이 무엇인지 설명해주기 위한 접속사의 역할을 한다.

• POINT 3

khó chịu ↔ dễ chịu

의미: [형용사] 견디기 어려운 ↔ 견디기 쉬운

활용 예시:

Mùa hè, tôi khó chịu vì nóng quá. 여름에, 나는 너무 더워서 견디기 어렵다.
Trời lạnh, tôi dễ chịu thời tiết vì rất thích mùa đông.
나는 겨울을 정말 좋아하기 때문에, 추운 날씨면 나는 (날씨가) 견디기 쉽다.

필수 Tip!   'chịu'는 '견디다' 외에 '책임을 지다'의 의미도 지닌다.

• POINT 4

nhiệt độ

의미: [명사] 온도

활용 예시:

Nhiệt độ hôm nay rất cao. 오늘 온도가 정말 높다.
Nhiệt độ ngày mai thế nào? 내일 날씨는 어때?

필수 Tip!   베트남에서 온도를 표현하는 단위는 한국과 마찬가지로 ℃이며
이는 베트남어로 'độ xê(C)'로 표현한다.

• POINT 5 thay đổi

의미: [동사] 바뀌다

활용 예시:

Dạo này, thời tiết thay đổi rất nhiều. 요즘, 날씨가 정말 많이 바뀐다.
Trên toàn cầu, khí hậu thay đổi nghiêm trọng.
지구 전체에서, 기후가 심각하게 바뀐다.

필수 Tip!   'A가 B로 바뀌다'를 표현하기 위해서는 'đổi A sang B'를 사용하면 된다.

예시 템플릿 학습

Dạo này, thời tiết trên thế giới thay đổi rất nhanh.
Hàn Quốc cũng thay đổi nhiều.
Năm 2018 là một năm nóng nhất trong 100 năm.
Hàn Quốc có 4 mùa là xuân, hè, thu và đông.
Nhưng tôi thấy có 2 mùa thôi.
Trong 4 mùa, tôi thích mùa thu nhất.
Vì trời rất mát và tốt để đi du lịch.
Vào mùa đông, Hàn Quốc có tuyết nhưng Việt Nam thì không có tuyết trừ ở núi cao.
Vì tôi không thích trời nóng, mùa hè là mùa không thích nhất trong 1 năm.

Bài 46 돌발문제(교통수단)

필수 어휘

phương tiện	수단, 방편	xe lửa(=xe tàu)	기차
giao thông	교통	máy bay	비행기
đi lại	이동하다	bao lâu, bao nhiêu, bao xa	how long, how many, how far
bằng	~를 타고, ~로	tắc si	택시
xe	탈 것, 차	xe máy	오토바이
ô tô	자동차	xe ôm	오토바이 택시
buýt	버스	xe Grab	그랩 차량

• POINT 1 — đi bằng

의미: ~로 가다, ~를 타고 가다

활용 예시:

Tôi thích đi bằng xe buýt. 나는 버스를 타고 가는 것을 좋아한다.
Khi có thời gian, tôi thường đi bộ. 시간이 있을 때, 나는 보통 걷는다.

> **필수 Tip!** 'xe'는 '바퀴로 움직이는 운송수단'을 나타내는 '탈 것, 차'의 의미를 지닌다.

• POINT 2 — phương tiện giao thông

의미: [명사구] 교통수단, 교통방편

활용 예시:

Phương tiện giao thông ở Hàn Quốc rất đa dạng. 한국의 교통수단은 정말 다양하다.
Việt Nam có nhiều loại phương tiện giao thông.
베트남은 많은 종류의 교통수단이 있다.

필수 Tip! '교통수단' 대신 'phương tiện đi lại'로 '이동수단'을 표현할 수도 있다.

• POINT 3 — mất bao lâu?

의미: 얼마나 걸리니?

활용 예시:

Từ đây đến đó mất khoảng bao lâu? 여기에서 거기까지 대략 얼마나 걸리니?
Để đi học, thường mất bao lâu? 학교를 갈 때, 보통 얼마나 걸리니?

필수 Tip! 거리를 묻기 위해 'bao xa'를 사용할 때는 'mất'과 같은 동사를 사용할 필요가 없다.

• POINT 4 — tiện ↔ bất tiện

의미: [형용사] 편리한 ↔ 불편한

활용 예시:

Phương tiện giao thông ở Hàn Quốc rất tiện. 한국의 교통수단은 정말 편리하다.
Giờ cao điểm thì giao thông nào cũng bất tiện.
교통체증 시간에는 어떤 교통수단이든 불편하다.

필수 Tip! 예시 2번째 문장에서 사용된 '명사 + nào cũng + 서술어'는
'어떤 명사든 서술어하다'를 의미한다.

• POINT 5 — từ A đến B

의미: A부터 B까지

활용 예시:

Từ đây đến đó, tôi thường đi bằng tàu điện ngầm.
여기부터 거기까지, 나는 보통 지하철을 타고 간다.

Từ hôm qua đến hôm nay, tôi đã học tiếng Việt rất chăm chỉ.
어제부터 오늘까지, 나는 베트남어 공부를 정말 열심히 했다.

필수 Tip! 앞서 학습하였듯, 'từ A đến B'는 장소와 시간을 표현할 때
모두 사용되므로 꼭 기억하도록 하자.

예시 템플릿 학습

Khi đi lại, tôi thường đi bằng tàu điện ngầm.
Phương tiện giao thông Hàn Quốc rất tiện vì hệ thống giao thông rất tốt.
Từ nhà tôi đến công ti(또는 trường) mất khoảng 30 phút bằng xe buýt hoặc ô tô riêng.
Ở Việt Nam, phương tiện giao thông phổ biến nhất là xe máy.
Nghe nói, ở Việt Nam có khoảng 100 triệu xe máy.
Nhưng Việt Nam cũng phát triển nhiều nên dạo này, có rất nhiều xe ô tô trên đường.
Khi có thời gian, tôi cũng thích đi bộ để giữ gìn sức khỏe.

돌발문제(외식)

필수 어휘

nhà hàng(=quán ăn)	식당, 음식점	ngon, cay, chua, ngọt, mặn, dở, thanh đạm	맛있는, 매운, 신, 단, 짠, 싱거운, 담백한
tiệm ăn	(작은) 식당, 매점	truyền thống	전통적인
món ăn, bữa ăn	음식, 식사	선호 동사 + nhất	가장 ~하다
đặt bàn	테이블을 예약하다	tính tiền(= thanh toán)	계산하다
suất	~인분, 정량	tip(= tiền boa)	팁
숫자 + cái	~개	món giới thiệu	추천 음식
menu, thực đơn	메뉴	món đặc biệt	특별 음식

• POINT 1   서술어 + nhất

의미: 가장 서술어하다(최상급)

활용 예시:

Tôi thích món Việt Nam nhất. 나는 베트남 음식을 가장 좋아한다.
Anh ấy thông minh nhất trong lớp của anh. 그는 그의 반에서 가장 똑똑하다.

> **필수 Tip!** 앞서 학습하였듯, 최상급을 표현할 수 있는 서술어는 형용사 및
> 선호관련동사(예 thích, yêu, ưa thích, yêu thích)이다.

• POINT 2   muốn + 서술어

의미: [동사구] 서술어하기를 원하다

활용 예시:

Tôi muốn đặt bàn vào tối nay. 나는 오늘 저녁에 테이블 예약을 원한다.
Tôi muốn ăn phở nhưng bạn tôi muốn ăn bún chả.
나는 쌀국수를 먹기 원하지만, 내 친구는 분짜를 먹기 원한다.

필수 Tip! 'muốn + 서술어'는 다양한 주제에서 폭넓게 사용되므로 꼭 기억하도록 하자.

• POINT 3 luôn luôn, thường xuyên, hay, thỉnh thoảng

의미: [빈도부사] 항상, 주로, 자주, 때때로

활용 예시:

Tôi luôn luôn thích ăn phở. 나는 항상 쌀국수 먹기를 좋아한다.
Tôi thường xuyên đi nhà hàng ngon với bạn tôi. 나는 주로 내 친구와 맛집을 간다.
Tôi hay đi ăn món ăn ngon. 나는 맛있는 음식을 자주 먹으러 간다.
Tôi thỉnh thoảng ăn món cay. 나는 때때로 매운 음식을 먹는다.

필수 Tip! 앞서 학습하였듯, 빈도부사는 표현을 좀 더 세세하게 하는데 좋은 역할을 하므로 기억해두면 유용하다.

• POINT 4 tính tiền, thanh toán

의미: [동사] 계산하다, 정산하다

활용 예시:

Sau khi ăn xong, bạn tôi tính tiền cho tôi. 식사를 마친 후, 내 친구가 나를 위해 계산하였다.

Khi thanh toán, chúng tôi tìm điểm sai. 계산할 때, 우리는 틀린 점을 찾았다.

필수 Tip! 두 표현 중 발음하기 쉽고 기억하기 좋은 표현 하나만을 기억하는 것이 좋다.

• POINT 5 còn

의미: [접속사] 반면 (_____의 접속사)

활용 예시:

Người Hàn Quốc thường thích món cay còn người Việt Nam thường thích món ngọt và thanh đạm.
한국인들은 매운 음식을 좋아하는 반면, 베트남인들은 달고 담백한 음식을 좋아한다.
Miền Bắc Việt Nam có 4 mùa còn miền Nam Việt Nam chỉ có 2 mùa.
베트남 북부지역은 4계절이 있는 반면, 베트남 남부지역은 2계절만 있다.

필수 Tip! 비교에 유용한 접속사이므로 꼭 기억하도록 하자.

예시 템플릿 학습

Khi có thời gian, tôi thường đi ăn món ăn ngon với bạn tôi. Khi ăn món ăn ngon, tôi thấy rất vui. Tôi thích món phở nhất còn bạn tôi thích món bún chả nhất. Tôi thỉnh thoảng ăn bún chả.
Ở Hàn Quốc không có văn hóa tiền boa còn Việt Nam có văn hóa tiền boa.
Trước khi đi nhà hàng, tôi thường đặt bàn qua điện thoại di động.
Sau khi ăn món ăn ngon, tôi và bạn tôi thích đi quán cà phê để nói chuyện.
Khi rỗi, tôi muốn đi ăn món ăn ngon với bạn tôi.

상황-롤 플레이(호텔예약)

※ OPIc 시험에서 롤 플레이는 일방적 대답의 형식으로 진행됩니다.

• POINT 1 — 기본 예약

- Tôi tên là OOO, và số điện thoại của tôi là OOO-OOOO-OOOO.
  내 이름은 OOO이고, 내 전화번호는 OOO-OOOO-OOOO입니다.
- Tôi muốn đặt phòng.
  나는 방을 예약하기 원합니다.
- Tôi muốn thuê phòng.
  나는 방을 빌리기 원합니다.
- Có phòng trống không ạ?
  빈 방이 있습니까?
- Tôi đã đặt phòng trên internet.
  나는 인터넷으로 방을 예약했습니다.

• POINT 2 — 방 종류 요청

- Tôi muốn đặt một phòng đơn.
  나는 싱글룸 하나를 예약하기 원합니다.
- Tôi muốn thuê một phòng đôi.
  나는 더블룸 하나를 빌리기 원합니다.
- Chúng tôi có OO người. Có phòng không ạ?
  우리는 OO명이 있습니다. 방이 있습니까?
- Khách sạn ở đó có phòng đa chức năng không?
  거기 호텔에 스위트룸이 있나요?
- Tôi muốn đổi phòng đơn sang phòng đôi.
  나는 싱글룸을 더블룸으로 바꾸길 원합니다.

• POINT 3 — 공항 서비스 요청

■ Khách sạn OOO có dịch vụ đón sân bay không?
OOO 호텔에 공항 마중 서비스가 있나요?

■ Từ sân bay đến khách sạn, tôi phải đi như thế nào?
공항에서 호텔까지, 제가 어떻게 가야 하나요?

■ Sân bay có xe đi khách sạn không?
공항에 호텔로 가는 차량이 있나요?

■ Nếu muốn tự đi khách sạn thì tôi nên đi như thế nào?
만약 스스로 호텔을 가길 원한다면, 내가 어떻게 가는 것이 괜찮을까요?

■ Từ ga đến khách sạn bao xa?
역(터미널)에서 호텔까지 얼마나 먼가요?

■ Từ ga đến khách sạn mất bao lâu?
역(터미널)에서 호텔까지 얼마나 걸려요?

• POINT 4 — 호텔 서비스 요청

■ Khách sạn đó có dịch vụ ăn sáng không?
그 호텔에는 조식 서비스가 있나요?

■ Tôi muốn dọn phòng.
나는 방 청소를 원합니다.

■ Có dịch vụ giặt áo không?
세탁 서비스가 있나요?

■ Tôi không cần dịch vụ dọn phòng.
나는 청소 서비스가 필요하지 않습니다.

• POINT 5 변경사항 요청

■ Tôi có thể đổi ngày đặt được không?
제가 예약 일자를 변경할 수 있습니까?

■ Có thể thêm dịch vụ ăn sáng được không?
조식 서비스 추가가 가능한가요?

■ Tôi muốn hủy phòng vì kế hoạch thay đổi rồi.
나는 계획이 바뀌어서 방을 취소하길 원합니다.

■ Tôi muốn thêm một cái giường.
나는 침대 하나를 추가하길 원합니다.

■ Có thể thêm một người nữa được không ạ?
한 사람 더 추가할 수 있습니까?

나만의
템플릿!

● POINT 1 초대 전하기

■ Tôi muốn mời bạn.
나는 친구를 초대하길 원한다.

■ Bạn tôi tên là OOO đã mời bạn và tôi đến liên hoan.
내 친구 OOO이 너랑 나를 초대해서 파티에 간다.

■ Tuần này có sinh nhật của tôi. Bạn có thể tham gia được không?
이번 주에 내 생일이 있어. 너 참여할 수 있어?

■ Cuối tuần có một bữa tiệc cho cấp trên.
주말에 상사를 위한 파티가 있다.

■ Tôi nghe nói có một bữa tiệc vào tuần này, đúng không?
내가 듣기로 이번 주에 파티가 있다는데, 맞아?

● POINT 2 준비 내용 묻기

■ Cần tôi giúp gì không?
내가 무언가 도와줄 필요가 있니?(=도움 필요하니?)

■ Bạn có thể giúp tôi được không?
너 나를 도와줄 수 있어?

■ Cần món ăn tôi chuẩn bị không?
내가 준비할 음식이 필요하니?(있니?)

■ Có cần chuẩn bị gì thì liên lạc cho tôi nhé.
무언가 준비가 필요하다면, 나에게 연락해.

• POINT 3 — 가는 방법 묻기

- **Đến nhà hàng, tôi phải đi thế nào?**
  식당까지, 나는 어떻게 가야 하니?
- **Từ nhà tôi đến đó mất bao lâu?**
  내 집에서 거기까지 얼마나 걸리니?
- **Từ đây đến đó bao xa?**
  여기에서 거기까지 얼마나 머니?
- **Nơi bữa tiệc có xa không?**
  파티 장소는 멀리 있니?

• POINT 4 — 파티 변경 내용 전달

- **Bạn tôi nói là nơi bữa tiệc đã thay đổi rồi.**
  내 친구가 말하기를 파티 장소가 바뀌었다고 하였다.
- **Vì bạn ấy không thích món này, món ăn bữa tiệc thay đổi rồi.**
  내 친구가 이 음식을 좋아하지 않아서, 파티 음식이 바뀌었다.
- **Thời gian sẽ là 7 giờ tối, không phải là 6 giờ tối.**
  시간은 저녁 7시이고, 저녁 6시가 아니다.
- **Hôm nay có 5 người sẽ đến, không phải là 7 người.**
  오늘 올 사람 5명이 있으며, 7명이 아니다.

• POINT 5 기타 요청사항 전달

- Có thể đón xe được không?
  발레파킹 가능한가요?
- Nhà hàng ấy đóng cửa lúc mấy giờ?
  그 식당은 몇 시에 문을 닫나요?
- Có thể gia hạn bữa tiệc được không?
  파티를 연장(연기)할 수 있나요?
- Có thêm 2 người nữa được không ạ?
  2명을 더 추가할 수 있습니까?
- Cần người giúp bây giờ.
  지금 도와줄 사람이 필요합니다.

나만의
템플릿!

Bài 50 상황-롤 플레이(차량 대여)

• POINT 1 차량 대여 기본표현

- Tôi muốn thuê xe cho 4 người.
  나는 4명을 위한 차량 대여를 원한다.
- Tôi sẽ đi du lịch nên muốn thuê xe trong 4 ngày.
  나는 여행을 갈 거라 4일 동안 차량을 대여하길 원한다.
- Tôi có thể thuê xe được không?
  내가 차량 대여를 할 수 있나요?
- Ở đây có xe lớn cho 6 người không ạ?
  여기에 6명을 위한 큰 차량이 있습니까?

• POINT 2 차량 요청사항

- Tôi muốn xe buýt cho 10 người, có được không?
  나는 10명을 위한 버스를 원합니다만, 가능한가요?
- Xe không được hút thuốc thì tốt hơn.
  흡연이 불가능한 차량이면 더 좋겠어요.
- Tôi muốn xe nhỏ cho 2 người, có xe không?
  나는 2명을 위한 작은 차량을 원합니다만, 있나요?
- Máy lạnh phải tốt vì thời tiết rất nóng.
  날씨가 너무 더워서 에어컨은 좋아야 합니다.

• POINT 3 — 차량 대여 연장

■ Có thể thêm thời gian thuê xe được không ạ?
차량 대여 시간을 추가할 수 있습니까?

■ Vì tôi ở xa nên có thể thêm thời gian được không?
제가 멀리 있어서 시간 추가가 가능합니까?

■ Kéo dài thuê xe được không?
차량 대여 연장이 가능한가요?

■ Tôi muốn thuê 2 ngày nữa, có được không?
나는 2일을 더 빌리기를 원합니다만, 가능한가요?

• POINT 4 — 비용 묻기

■ Thuê xe một ngày bao nhiêu?
차량 대여는 하루에 얼마인가요?

■ Thuê xe tất cả bao nhiêu?
차량 대여는 전부 얼마인가요?

■ Thuê xe trong 5 ngày khoảng bao nhiêu tiền?
5일 동안 차량을 대여하면 대략 얼마(돈)인가요?

■ Giá xe đắt nhất là bao nhiêu?
가장 비싼 차량 가격은 얼마인가요?

• POINT 5

차량변경 요청

■ Tôi có thể thay đổi xe được không?
차량을 바꿀 수 있을까요?

■ Tôi muốn đổi xe vì lão quá rồi.
너무 낡아서 차량을 바꾸기를 원합니다.

■ Xe này hơi chật, có thể thay đổi được không?
이 차는 약간 좁아서(껴서), 바꿀 수 있나요?

■ Xe này quá rộng, có thể thay đổi xe được không?
이 차는 과하게 넓어서, 차를 바꿀 수 있나요?

나만의
템플릿!

Bài 51 상황-롤 플레이(하숙집 대여)

• POINT 1 — 하숙집 대여 표현

- Tôi muốn thuê phòng, có phòng không?
  방을 빌리고 싶습니다만, 방이 있나요?
- Ở đây có phòng cho thuê không ạ?
  여기에 빌려주는 방이 있습니까?
- Gần đây có nhà cho thuê phòng không ạ?
  이 근처에 방을 빌려주는 집이 있습니까?
- Tôi đang tìm một phòng cho tôi, còn phòng không ạ?
  나는 나를 위한 방 하나를 찾는 중입니다만, 방이 남았습니까?

• POINT 2 — 방 세부사항 묻기

- Phòng này có bao gồm phòng vệ sinh không?
  이 방은 화장실을 포함하고 있나요?
- Phòng này có phòng bếp không?
  이 방은 부엌이 있나요?
- Phòng khách ở đâu ạ?
  거실(응접실)은 어디 있습니까?
- Có phòng khách không? Phòng này hơi chật.
  거실(응접실)은 있나요? 이 방은 조금 좁습니다.

• POINT 3 — 가격 묻기

- Giá thuê phòng bao nhiêu tiền?
  방 빌리는 가격은 얼마인가요?
- Thuê một tháng bao nhiêu?
  한 달 대여는 얼마인가요?
- Giá thuê phòng có thể giảm giá được không?
  방 빌리는 가격은 할인이 가능한가요?
- Trả tiền bằng tiền mặt thì có thể giảm giá được không?
  현금으로 지불하면 할인이 가능한가요?
- Có bao gồm tiền điện và tiền nước không ạ?
  전기세와 수도세(물세)는 포함하고 있습니까?

• POINT 4 — 기타 사항 요청

- Gần đây có siêu thị lớn không ạ?
  이 근처에 대형마트가 있습니까?
- Phòng này có máy lạnh không ạ?
  이 방은 에어컨이 있습니까?
- Ở đây có dịch vụ dọn phòng không ạ?
  여기에는 청소 서비스가 있습니까?
- Giặt áo phải làm thế nào? Có dịch vụ giặt áo không ạ?
  세탁은 어떻게 해야만 하나요? 세탁 서비스가 있습니까?
- Phòng này hơi lão, có thể sửa một chút được không ạ?
  이 방은 약간 낡아서, 수리를 조금 해줄 수 있습니까?

• POINT 5

대여 해지 통보

■ Cuối tuần này, tôi phải về nước.
이번 주말에, 나는 귀국해야 합니다.

■ Tháng sau, tôi có một việc khác nên phải chuyển nhà.
다음 달에, 나는 다른 일이 하나 있어서 이사를 해야 합니다.

■ Tôi muốn hủy hợp đồng thuê phòng.
나는 방 대여 계약을 해지하길 원합니다.

■ Có thể hủy sớm hơn được không ạ?
더 일찍 해지할 수 있습니까?

나만의
템플릿!

Bài 52

상황-롤 플레이(콘서트 불참)

• POINT 1 — 콘서트 확인

■ Cuối tuần này có hòa nhạc không?
이번 주말에 콘서트가 있나요?

■ Bạn có thể tham dự hòa nhạc lần này chứ?
당신 이번 콘서트에 참여할 수 있죠?

■ Lần này bạn có thể tham dự biểu diễn được không?
이번에 당신 공연에 참여할 수 있나요?

■ Có biểu diễn ca sĩ OOO mà bạn muốn tham dự không ạ?
OOO가수의 공연이 있는데 당신은 참여하길 원하십니까?

• POINT 2 — 콘서트 불참 사유

■ Tôi không thể tham dự được vì rất bận.
나는 너무 바빠서 참여할 수 없다.

■ Ngày biểu diễn lần này có việc gia đình của tôi.
이번 공연 날짜에 나의 가족 일이 있다.

■ Tôi không thể đi được vì đang bị ốm rồi.
나는 아파서 갈 수 없다.

■ Tôi đã bị cảm nên không thể đến hòa nhạc được.
나는 감기에 걸려서 콘서트에 갈 수 없다.

• POINT 3 — 날짜 변경 제안

■ Bạn có thời gian vào tuần sau không?
당신은 다음 주에 시간이 있나요?

■ Chúng tôi có thể thay đổi ngày đến tháng sau.
우리는 날짜를 다음 달로 바꿀 수 있다.

■ Tháng sau cũng có biểu diễn mà bạn có thể đến được không?
다음 달도 공연이 있는데 당신은 올 수 있나요?

■ Lần này thì tôi không có thời gian, bạn có thời gian khác không?
이번에는 내가 시간이 없어서, 당신 다른 시간 있나요?

• POINT 4 — 다른 콘서트 제안

■ Hay là cũng có một biểu diễn khác mà bạn muốn đến không?
아니면 다른 공연도 하나 있는데 당신 가길 원하나요?

■ Cũng có hòa nhạc của ca sĩ OOO mà đó thì thế nào?
가수 OOO의 콘서트도 있습니다만, 그것은 어떤가요?

■ Nếu bạn muốn thì tôi có thể đặt vé hòa nhạc khác được.
만약 당신이 원한다면 나는 다른 콘서트 티켓을 예약할 수 있다.

■ Có thời gian đi biểu diễn của ca sĩ OOO không?
가수 OOO의 공연에 갈 시간이 있나요?

사과 표현

■ Xin lỗi vì không đến được.
가지 못해서 미안합니다.

■ Xin thông cảm cho tôi vì không có thời gian.
제가 시간이 없어서 양해 부탁드립니다.

■ Tôi xin lỗi bạn nhưng tôi bị ốm nên không thể đi được.
제가 미안합니다만 아파서 갈 수 없습니다.

■ Tôi xin thông cảm vì làm phiền cho bạn.
당신에게 불편을 끼쳐서 죄송합니다.(양해 부탁드립니다.)

나만의
템플릿!

• POINT **1** 식당 예약하기

- Tôi muốn đặt bàn cho 4 người.
  나는 4명을 위한 테이블 예약을 원합니다.
- Tôi muốn đặt bàn vào tối mai.
  나는 내일 저녁에 테이블 예약을 원합니다.
- Ở đây có thể đặt bàn được không?
  여기는 테이블 예약을 할 수 있나요?
- Số người tối thiểu là mấy người?
  최소 인원수가 몇 명인가요?

• POINT **2** 음식 미리 주문하기

- Tôi muốn gọi một số món trước.
  저는 일부 음식들을 먼저 주문하길 원합니다.
- Tôi có thể gọi món đặc biệt trước được không?
  제가 특별 음식을 먼저 주문할 수 있습니까?
- Tôi muốn đặt một số món ăn cho 4 người.
  나는 4명을 위한 일부 음식들을 예약하길 원합니다.
- Món đặc biệt ở đó là món gì? Có thể đặt trước được không?
  그곳에 있는 특별 음식은 무슨 음식인가요? 우선 예약 가능한가요?

• POINT 3 — 날짜 변경하기

■ Tôi là OOO và tôi đã đặt bàn cho 4 người.
저는 OOO이고 4명을 위한 테이블을 예약했습니다.

■ Tôi có thể (thay) đổi ngày được không?
제가 날짜를 바꿀 수 있나요?

■ Vì ngày đó, một số người có việc khác nên muốn thay đổi.
그날에는, 일부 사람들이 다른 일이 있어서 날짜를 바꾸길 원합니다.

■ Hôm nay tôi đã đặt 5 người vào buổi trưa nhưng có thể thay đổi sang buổi tối được không?
오늘 제가 점심에 5명 예약을 했습니다만 저녁으로 바꿀 수 있을까요?

• POINT 4 — 기타 서비스 요청하기

■ Ở đó có dịch vụ đón xe không ạ?
그곳에는 발레파킹 서비스가 있습니까?

■ Ở đấy có chỗ đỗ xe không ạ?
거기에는 차량 주차 장소가 있습니까?

■ Nhà hàng đó có phòng cá nhân không ạ?
그 식당은 개인 룸이 있습니까?

■ Nếu có bàn im lặng thì tốt hơn.
만약 조용한 테이블이 있으면 더 좋겠습니다.

■ Có bàn gần cửa sổ không ạ?
창문 근처 테이블이 있습니까?

• POINT 5

인원 변경하기

■ Tôi muốn thêm 2 người nữa, có được không?
   저는 2명을 더 추가하기를 원하는데, 가능한가요?

■ Vốn là 4 người nhưng có thể đặt bàn cho 6 người được không?
   원래는 4명입니다만 6명을 위한 테이블을 예약할 수 있을까요?

■ 2 người sẽ không đến ạ. Xin vui lòng trừ 2 người nhé.
   2명이 오지 않을 겁니다. 2명 제외 부탁드립니다.

■ Vốn là 5 người nhưng chúng tôi bây giờ có 10 người.
   Có phòng rộng hơn không ạ?
   원래 5명입니다만 우리는 현재 10명이 있습니다.
   더 넓은 방이 있습니까?

나만의
템플릿!

Bài 54-60

OPIc 기출문제 분석 &
시험풀이에 유용한 부록

부록(시간을 버는 어휘)

• POINT 1 — cái

의미: 그... 음...

활용 예시:

Tôi thấy cái... thời tiết Việt Nam rất nóng. 내 생각에 음... 베트남 날씨는 매우 덥다.
Cái... gia đình tôi rất hạnh phúc. 음... 내 가족은 정말 행복하다.
Cái... cái... đó thì... 음... 음... 그것은...

• POINT 2 — chờ một chút, đợi một chút

의미: 잠시 기다려주세요, 기다리세요

활용 예시:

Chờ một chút... tôi thấy xem phim... 잠시만요... 제 생각에 영화 시청은...
Đợi một chút cô ạ... khi có thời gian... 잠시만요 선생님... 시간 있을 때면...
Khi rỗi... tôi... chờ một chút... tôi thường đi xem phim...
한가할 때... 저는... 잠시만요... 저는 보통 영화를 보러 갑니다...

• POINT 3 — về + 주제

의미: 주제에 대해서는...

활용 예시:

Về biểu diễn... cái... tôi thường xuyên... 공연에 대해서는... 음... 저는 주로...

Về xem phim tôi thích nhất... tôi thích....
제가 가장 좋아하는 영화 시청에 대해서는... 저는 ...을 좋아합니다.
Về thuê xe... tôi có thể thuê xe lớn cho 5 người được không?
차량 대여에 대해서는... 제가 5명을 위한 큰 차량을 빌릴 수 있나요?

• POINT 4 tôi thấy, theo tôi, tôi nghe nói

의미: 내 생각에는, 제 의견은, 제가 듣기로는

활용 예시:

Tôi thấy... phim Hàn Quốc rất hay. 제 생각에는... 한국 영화는 정말 재미있어요.
Theo tôi... hòa nhạc tôi thích nhất là... 제 의견은... 제가 가장 좋아하는 콘서트는...
Tôi nghe nói... Việt Nam cũng có nhiều nhà hàng ngon...
제가 듣기로는... 베트남도 맛집이 많이 있다고 합니다...

• POINT 5 một điều nữa là...

의미: 한 가지 더 말하자면...

활용 예시:

Một điều nữa là... tôi và bạn tôi cũng đi quán cà phê.
한 가지 더 말하자면... 나와 내 친구는 카페도 갑니다.
Một điều nữa là... bạn có thể đổi ngày được không?
한 가지 더 말하자면... 당신 날짜를 바꿔줄 수 있나요?
Một điều nữa là... khi có thời gian tôi thích học tiếng Việt.
한 가지 더 말하자면... 시간이 있을 때 나는 베트남어 공부하는 것을 좋아합니다.

문제풀이(소개)

문제풀이 강의는 반드시 **듣기파일과 함께** 학습 후 무한 반복하세요!

■ Chúng ta bắt đầu cuộc phỏng vấn nhé. Hãy giới thiệu về bản thân.
우리는 인터뷰를 시작합니다. 자신에 대해 소개하세요.

■ Hãy giới thiệu về gia đình và bạn.
당신과 가족에 대해 소개하세요.

■ Bạn hãy giới thiệu về mình.
당신은 자신에 대해 소개하세요.

■ Bạn hãy giới thiệu về bản thân mình.
당신은 자기 자신에 대해 소개하세요.

■ Bạn hãy giới thiệu về mình, tên, tuổi, gia đình, và nghề nghiệp.
당신은 자신, 이름, 나이, 가족 및 직업에 대해 소개하세요.

나만의 템플릿!

Bài 56 문제풀이 (설문(Survey)관련)

문제풀이 강의는 반드시 듣기파일과 함께 학습 후 무한 반복하세요!

• POINT 1 | 베트남어

■ Hãy cho biết thêm lớp học tiếng Việt của bản thân.
자신의 베트남어 수업에 대해 추가로 알려주세요.

■ Cho tôi biết về một lớp học tiếng Việt bình thường của bạn.
당신의 평상시 베트남어 수업 하나에 대해 알려주세요.

■ Cho tôi biết về buổi học đầu tiên của bạn trong lớp học tiếng Việt.
베트남어 수업 중 당신의 첫 수업 시간에 대해 알려주세요.

■ Cho tôi biết về giáo viên tiếng Việt đầu tiên của bạn trong lớp học tiếng Việt.
베트남어 수업 중 당신의 첫 베트남어 선생님에 대해 알려주세요.

• POINT 2 | 여행

■ Bạn đã cho biết trong bản khảo sát, bạn thường đi du lịch ở nước ngoài.
Cho tôi biết...
당신이 설문에서 알려주었듯, 당신은 보통 외국 여행을 간다고 했어요. ...를 알려주세요.

■ Bạn đã cho biết trong bản khảo sát, bạn thường đi du lịch trong nước.
Cho tôi biết ...
당신이 설문에서 알려주었듯, 당신은 보통 국내 여행을 간다고 했어요. ...를 알려주세요.

■ Bạn đã cho biết trong bản khảo sát, bạn thường nghỉ mát trong nước.
Cho tôi biết ...
당신이 설문에서 알려주었듯, 당신은 보통 국내 피서를 간다고 했어요. ...를 알려주세요.

■ Kể cho tôi một số một vài chuyến du lịch khi bạn còn trẻ.
당신이 아직 어릴 때, 몇몇 여행에 대해 나에게 말해주세요.

■ Kể cho tôi nghe một kỉ niệm du lịch bạn không thể nào quên được.
당신이 어떻게든 잊을 수 없는 여행 추억 하나를 내가 듣도록 말해주세요.

• POINT 3 영화, TV, 공연, 독서

■ Bạn hãy giới thiệu một phim bạn nhớ được. Nội dung có liên quan đến cái gì?
  Ai là diễn viên chính?
  당신 기억에 남는 영화 하나를 소개해주세요. 내용은 무엇에 관한 거죠?
  누가 주연 배우인가요?

■ Sở thích phim của bạn đã thay đổi như thế nào?
  So với trước đây, cái gì khác nhau?
  당신의 영화시청 취미(취향)가 어떻게 바뀌었나요?
  예전과 비교해서, 무엇이 서로 다른가요?

■ Bạn có xem những chương trình gì trên tivi? Về điều gì? Vì sao bạn thích?
  당신은 TV에서 무슨 프로그램을 시청하나요? 무엇에 관한 것이죠? 왜 당신은 좋아하죠?

■ Bạn cho tôi nghe một chương trình rất nhớ. Về cái gì? Cái gì đặc biệt trong đó?
  당신 정말 기억에 남는 프로그램을 들려주세요. 무엇에 관한 것이죠?
  그 안에 특별한 것이 무엇인가요?

■ Sở thích xem chương trình tivi của bạn đã thay đổi như thế nào?
  당신의 TV 프로그램 시청 취미가 어떻게 바뀌었나요?

■ Ai là diễn viên yêu thích của bạn?
  누가 당신이 좋아하는 배우이죠?

■ Kể cho tôi một buổi biểu diễn nào bạn nhớ được. Có nội dung về điều gì?
  기억에 남는 공연에 대해 말해주세요. 무엇에 관한 내용을 담고 있나요?

■ Bạn thường đọc sách loại gì? Vì sao?
  당신은 보통 어떤 종류의 책을 읽나요? 왜죠?

■ Sở thích đọc sách của bạn đã thay đổi như thế nào?
  당신의 책 읽는 취미가 어떻게 바뀌었나요?

■ Nhân vật chính mà bạn thích nhất là người như thế nào?
  Tính cách có điển hình gì?
  당신이 가장 좋아하는 주인공은 어떤 사람이죠?
  어떤 전형성을 지닌 성격인가요?
  (= 좋아하는 주인공의 전형적인 성격이 어떤가요?)

운동 주제는 'đi bộ'(걷다), 'đi chạy bộ'(조깅, 경보하다), 'đi chạy'(달리다),
'đi xe đạp'(자전거를 타다)을 상호적으로 기억해야 한다.

■ Bạn có thích đi những nơi nào không? Địa điểm đó nằm ở đâu?
당신은 어느 장소에 가는 것을 좋아하나요? 그 장소는 어디 위치하나요?

■ So với đi xe đạp hay bơi, đi chạy bộ khác nhau như thế nào?
자전거 타기 또는 수영과 비교하여, 조깅은 어떻게 다른가요?(=차별점)

■ Bạn hãy cho tôi biết khi nào bạn bắt đầu có quan tâm đến chạy bộ.
당신은 언제 조깅에 관심을 가지기 시작했는지 나에게 알려주세요.

■ Trong khi đi bộ, bạn có kỉ niệm gì đã xảy ra không?
Khi nào và có những việc gì?
걷는 도중에, 당신은 어떤 추억할 만한 일이 발생한 적 있나요? 언제이며 무슨 일이 있었나요?

■ Bạn có kinh nghiệm đã bị thương trong khi đi bộ hay đi chạy không?
당신은 걷기 또는 달리는 도중에 다친 경험이 있나요?

■ Dân của nước bạn thường mặc áo loại gì?
Đi làm việc và đi chơi thì mặc như thế nào? Có khác không?
당신 국가 사람들은 보통 어떤 종류의 옷을 입나요?
일하러 갈 때와 놀러갈 때 어떻게 입나요? 다른가요?

■ Bạn đã mua áo cuối cùng là khi nào? Mua cái gì? Với ai?
당신이 마지막으로 옷을 산 것은 언제인가요? 무엇을 샀나요? 누구와?

■ Bạn hãy miêu tả nhà hàng bạn hay đi. Nhà hàng ấy có món gì?
당신이 자주 가는 식당을 묘사하세요. 그 식당은 무슨 음식이 있나요?

■ Hãy kể về một món ăn đặc sản nổi tiếng hay truyền thống nhất trong nước của bạn.
당신의 나라에서 가장 유명하거나 전통적인 특산물 음식에 대해 이야기하세요.

■ Khi còn nhỏ, bạn có kinh nghiệm đặc biệt với món ăn nào đó không?
Sự kiện đó đã xảy ra như thế nào?
어렸을 때, 어떤 음식이든 특별한 경험이 있나요?
그 일(사건)은 어떻게 발생했나요?

• POINT 6

회사(최대한 피하자!!), 거주지

■ Bạn hãy cho biết bạn đang làm việc ở cơ quan hay công ti.
당신이 일하는 기관 또는 회사에 대해 알려주세요.

■ Cho tôi biết một sự kiện nào đó trong khi làm việc ở công ti của bạn.
당신의 회사에서 일하는 도중 어떤 사건이든 하나를 알려주세요.

■ Cho tôi biết về buổi làm việc đầu tiên của bạn trong cơ quan hay công ti của bạn.
당신의 기관 또는 회사에서 당신의 첫 번째 업무 시간에 대해 알려주세요.

■ Bạn hãy cho tôi biết về nơi đang sống của bạn. Bạn đang sống ở đâu?
당신이 살고 있는 장소에 대해 알려주세요. 당신은 어디에서 살고 있나요?

■ Bạn hãy cho tôi nghe về quê hương của bạn. Quê của bạn ở đâu?
Có những gì đặc biệt không?
당신의 고향에 대해 저에게 들려주세요. 당신 고향은 어디인가요?
특별한 무언가가 있나요?

나만의 템플릿!

Bài 57

문제풀이(돌발&상황)

문제풀이 강의는 반드시 **듣기파일**과 **함께** 학습 후 무한 반복하세요!

• POINT 1-1 | 돌발 → 은행

■ Bạn hãy miêu tả ngân hàng của nước bạn. Thường ở đâu?
   Mở cửa từ mấy giờ đến mấy giờ?
   당신 나라의 은행을 묘사하세요. 보통 어디에 있나요?
   몇 시부터 몇 시까지 문을 여나요?

■ Khi bạn nhỏ, các ngân hàng của nước bạn có gì thay đổi không?
   당신이 어렸을 때, 당신 나라의 은행은 무엇이든 바뀐 것이 있나요?

■ Bạn có kinh nghiệm gì khó khăn ở ngân hàng không?
   당신은 은행에서 어떤 어려운 경험이 있나요?

• POINT 1-2 | 돌발 → 호텔

■ Bạn hãy miêu tả những khách sạn của nước bạn.
   Có đặc điểm gì chỉ có tại nước bạn không?
   당신 나라의 호텔들을 묘사해주세요.
   당신의 나라에만 있는 어떤 특징이 있나요?

■ Có kinh nghiệm đặc biệt gì ở khách sạn không?
   호텔에서 어떤 특별한 경험이 있나요?

■ Gần đây bạn đã đi khách sạn nào không? Khi nào? Với ai?
   근래에 어떤 호텔을 간 적이 있나요? 언제죠? 누구와?

돌발 → 전화

■ Hãy cho tôi biết bạn thường nói chuyện điện thoại với bạn bè về những điều gì.
당신은 친구와 통화할 때 무엇에 대해 대화하는지 알려주세요.

■ Bạn đã chọn chiếc điện thoại mà hiện đang dùng thế nào?
Làm thế nào để tìm biết đến đó?
당신은 어떻게 현재 사용 중인 휴대폰을 선택했나요?
그것에 대해 알아내기 위해 어떻게 했나요?

■ Bạn có thể cho tôi biết về một cuộc trò chuyện điện thoại bạn nhớ được không?
당신이 기억에 남는 전화 통화 이야기에 대해 알려줄 수 있나요?

돌발 → 병원

■ Nhiều người thường cố gắng để giữ gìn sức khỏe.
Bạn thường làm gì để giữ gìn sức khỏe?
많은 사람들은 보통 건강 유지를 위해 노력합니다.
당신은 보통 건강 유지를 위해 무엇을 하나요?

■ Bạn hay một người khác bạn biết đã bao giờ có vấn đề gì về sức khỏe chưa?
Triệu chứng đã là gì? Điều trị chữa bệnh như thế nào?
당신 또는 당신 지인이 건강에 대해 무슨 문제가 있던 적이 있나요?
증상이 무엇이었죠? 병은 어떻게 치료했나요?

■ So với trước đây, bệnh viện đã phát triển như thế nào? Có khác gì không?
Hãy miêu tả một cách cụ thể hơn về điểm khác.
예전과 비교해서, 병원은 어떻게 발전했나요? 어떤 다른 점이 있나요?
다른 점에 대해 구체적으로 묘사하세요.

• POINT 1-5

돌발 → 약속

■ Người ta thường hứa hẹn có nhiều lí do. Bạn thường hứa hẹn gì?
  Thường gặp ai? Ở đâu?
  사람들은 보통 많은 이유로 약속을 합니다. 당신은 보통 무슨 약속을 하나요?
  보통 누구를 만나나요? 어디에서?

■ Bạn có nhớ gì về hứa hẹn đặc biệt không? Những loại cuộc hẹn gì? Với ai?
  Làm gì?
  당신은 특별한 약속에 대해 무슨 기억이 있나요? 어떤 종류의 약속인가요? 누구와?
  무엇을 했나요?

■ Trước khi hứa hẹn, bạn thường liên lạc với đối phương như thế nào? Cách gì?
  Hãy kể cụ thể hơn.
  약속하기 전에, 당신은 보통 상대방에게 어떻게 연락하나요? 무슨 방법으로?
  구체적으로 말하세요.

• POINT 1-6

돌발 → 교통

■ Hãy kể phương tiện giao thông công cộng của nước bạn. Có những loại gì?
  Bạn thường dùng phương tiện nào? Hãy giới thiệu một cách cụ thể hơn.
  당신 나라의 대중교통수단을 말해주세요. 어떤 종류가 있죠?
  당신은 보통 어떤 수단을 이용하나요? 더 구체적으로 소개하세요.

■ So với quá khứ, phương tiện giao thông đã thay đổi như thế nào?
  과거와 비교하여, 교통수단은 어떻게 바뀌었나요?

■ Bạn có kinh nghiệm bất tiện gì trong khi dùng phương tiện giao thông công
  cộng không?
  당신은 대중교통수단을 이용하는 도중 어떤 불편한 경험이 있나요?

• POINT 2-1 상황 → 호텔 예약

■ Đây là một tình huống cho bạn. Bạn có kế hoạch đặt phòng ở khách sạn. Hãy gọi cho tiếp tân để đặt phòng bạn muốn ở nhé.
이것은 당신의 상황입니다. 당신은 호텔에 방 예약을 할 계획이 있습니다.
당신이 묵길 원하는 방의 예약을 위해 안내원에게 전화하세요.

■ Đây là một tình huống cho bạn. Bạn muốn thay đổi nội dung đặt phòng ở khách sạn. Hãy gọi cho tiếp tân để thay đổi đặt phòng bạn sẽ ở nhé.
이것은 당신의 상황입니다. 당신은 호텔에서의 방 예약 내용을 변경하기를 원합니다.
당신이 묵을 방의 예약을 변경하기 위해 안내원에게 전화하세요.

• POINT 2-2 상황 → 파티초대

■ Đây là một tình huống cho bạn. Bạn của bạn đã mời bạn đến dự tiệc mà không có thông tin gì cả bây giờ. Bạn hãy gọi cho bạn để nhận một số thông tin liên quan đến bữa tiệc nhé.
이것은 당신의 상황입니다. 당신의 친구가 당신을 파티에 오도록 초대하였으나 지금은 아무런 정보가 없습니다. 당신은 파티와 관련된 정보를 얻기 위해 친구에게 전화하세요.

■ Đây là tình huống bạn diễn kịch. Bạn muốn tổ chức tiệc sinh nhật của mình. Bạn hãy gọi điện thoại cho nhà hàng để đặt bàn trước.
이것은 당신이 연기할 상황입니다. 당신은 자신의 생일 파티 개최를 원합니다.
당신은 테이블 우선 예약을 위해 식당에 전화하세요.

• POINT 2-3 상황 → 차량 대여

■ Đây là một tình huống cho bạn. Bạn đang đến một công ti thuê xe để thuê trong khi đi du lịch. Bạn hãy hỏi người cho thuê ba bốn câu hỏi liên quan đến thuê xe nhé.

이것은 당신의 상황입니다. 당신은 여행가는 중 빌리기 위해 차량 대여 회사에 가는 중입니다. 당신은 차량 대여와 관련된 질문 3-4문장을 대여해주는 사람에게 물어보세요.

• POINT 2-4 상황 → 콘서트 불참

■ Bạn có một vấn đề giải quyết. Bạn đã đặt vé đi biểu diễn với bạn bè nhưng vì bệnh, không thể tham dự được. Bạn hãy gọi điện cho bạn tôi và đề nghị 2 hoặc 3 điều để đi vào dịp khác.

당신은 해결해야 할 문제가 하나 있습니다. 당신은 친구와 공연을 보러 갈 티켓을 예약하였으나, 병이 나서 참여할 수 없습니다. 당신은 다른 시기에 가기 위해 친구에게 전화하여 2가지 또는 3가지 제안을 해보세요.

• POINT 2-5

상황 → 식당 예약

■ Bây giờ bạn đang muốn đến một nhà hàng ngon vào buổi tối.
Tiếc là mai không còn nhiều chỗ để đặt và chỉ còn chỗ dành cho khách Vip thôi.
Bạn hãy gọi điện thoại cho người quản lí với 2 hoặc 3 lí do phải đặt bàn đó.
현재 당신은 저녁에 맛있는 식당에 가기를 원하는 중입니다. 안타깝게도 예약을 위한
좌석은 많이 남지 않았으며, Vip 고객을 위한 자리만 남아있습니다. 당신은 그 테이블의
예약을 해야 하는 이유 2가지 또는 3가지를 가지고 관리자에게 전화하세요.

■ Đây là tình huống bạn diễn kịch. Bạn muốn tổ chức tiệc sinh nhật của mình.
Bạn hãy gọi điện thoại cho nhà hàng để đặt bàn trước.
이것은 당신이 연기할 상황입니다. 당신은 자신의 생일 파티 개최를 원합니다.
당신은 테이블 우선 예약을 위해 식당에 전화하세요.

나만의 템플릿!

Bài 58 유용한 구문1

• POINT 1   khi A thì B

의미: A할 때면 B하다 (A, B는 문장)

활용 예시:

Khi học tiếng Việt, tôi rất vui. 베트남어를 공부할 때, 나는 정말 기쁘다.
Khi đi du lịch, tôi thường ăn món ăn ngon.
여행갈 때, 나는 보통 맛있는 음식을 먹는다.

• POINT 2   A, không phải là B

의미: A이다, B가 아니라 (A, B는 문장)

활용 예시:

Tôi là sinh viên, không phải là nhân viên. 나는 학생이다, 회사원이 아니라.
Tôi thích anh Tom, không phải là anh Peter. 나는 톰 씨를 좋아한다, 피터 씨가 아니라.

• POINT 3   vì A nên B(= sở dĩ B là vì A)

의미: A이기 때문에 B하다(=결과적으로 B인 것은 A 때문이다, A, B는 문장)

활용 예시:

Vì tôi muốn đi du học ở Việt Nam nên tôi đang học tiếng Việt.
나는 베트남으로 유학을 가기 원하기 때문에 베트남어를 공부하는 중이다.
Vì anh ấy không phải là người Hàn Quốc nên anh cần cấp Visa để sống ở Hàn Quốc.
그는 한국인이 아니기 때문에 그는 한국에서 살기 위해 비자를 발급받을 필요가 있다.

• POINT 4

nếu A thì B(비교: giá A thì B)

의미: 만약 A한다면 B하다(비교: 실현 불가능한 가정법, A, B는 문장)

활용 예시:

Nếu muốn thì tôi sẽ gọi điện thoại luôn.
만약 원한다면 내가 바로 전화를 걸겠다.
Nếu cần giúp gì thì hỏi tôi ngay nhé!
무슨 도움이 필요하다면 나에게 즉시 물어봐!

• POINT 5

mặc dù(tuy=dù) A nhưng B

의미: 비록 A이지만 B하다 (A, B는 문장)

'mặc dù'와 'dù'는 과거와 관련된 내용만 표현할 수 있으니 주의한다. 'tuy'는 과거와 미래에 관련된 내용 모두 표현할 수 있다.

활용 예시:

Mặc dù có mưa nhưng chúng tôi đã đi chơi ở ngoài.
비록 비가 왔지만 우리는 밖에 놀러나갔다.
Mặc dù không gặp nhiều được nhưng chúng tôi vẫn rất gần.
비록 많이 만나진 못했지만 우리는 여전히 정말 가깝다.

**나만의
템플릿!**

Bài 59 유용한 구문2

 **POINT 1** — vừa A vừa B

의미: A하면서 B하다 (A, B는 서술어)

활용 예시:

Tôi thích vừa xem phim vừa uống cà phê.
나는 영화 보면서 커피 마시는 것을 좋아한다.
Sở thích của tôi là vừa đi dạo vừa nghe nhạc.
나의 취미는 산책하면서 음악을 듣는 것이다.

POINT 2 — càng A càng B

의미: A할수록 B하다 (A, B는 서술어)

활용 예시:

Càng học tiếng Việt, càng thấy thú vị. 베트남어를 공부할수록, 재미를 느낀다.
Làm kế hoạch thì càng sớm càng tốt. 계획을 세우는 것은 이를수록 좋다.

POINT 3 — không những A mà còn B

의미: A일 뿐만 아니라 B이기도 하다 (A, B는 서술어)

활용 예시:

Tôi thích không những xem phim mà còn xem chương trình TV.
나는 영화 시청을 좋아할 뿐만 아니라 TV 프로그램 시청도 좋아한다.

Bạn ấy không những thông minh mà còn khiêm tốn.
그 친구는 똑똑할 뿐만 아니라 겸손하기까지 하다.

• POINT 4 — chỉ A thôi

의미: 단지 A일 뿐이다(A는 명사, 서술어 또는 문장)

활용 예시:

Tôi chỉ học tiếng Việt thôi. 나는 단지 베트남어만 공부할 뿐이다.
Tôi chỉ thích ăn phở thôi. 나는 단지 쌀국수 먹는 것만 좋아할 뿐이다.

• POINT 5 — 명사 + nào cũng + 서술어

의미: 어느 명사든지 또한 서술어하다

활용 예시:

Người nào cũng thích học tiếng Việt.
어느 사람이든지 베트남어 공부를 좋아한다.

Món ăn nào tôi cũng thích nhưng tôi thích phở nhất.
어느 음식이든지 나는 좋아하지만 나는 쌀국수를 가장 좋아한다.

나만의 템플릿!

Bài 60

유용한 구문3

• POINT 1 và

의미: [접속사] 그리고

활용 예시:

Tôi và bạn tôi thường đi quán cà phê để nói chuyện.
나와 내 친구는 보통 대화하기 위해 카페에 간다.

Tôi thích ăn bún chả và phở.
나는 분짜와 쌀국수 먹는 것을 좋아한다.

• POINT 2 còn

의미: [접속사] 그런데, 반면

활용 예시:

Người Việt Nam thường thích ăn món ngọt còn người Hàn Quốc thường thích ăn món cay.
베트남인들은 보통 단 음식 먹는 것을 좋아하는 반면, 한국인들은 보통 매운 음식 먹는 것을 좋아한다.

Trời hôm nay rất nóng còn ngày mai trời sẽ lạnh một chút.
오늘 날씨는 정말 더운 반면, 내일 날씨는 조금 추울 것이다.

• POINT 3 thì

의미: [접속사] ~면, ~의 경우(조건)

활용 예시:

Phở thì tôi thích nhất. 쌀국수의 경우 내가 가장 좋아한다.

Khi nói tiếng Việt thì tôi rất thú vị. 베트남어를 말할 때면 나는 정말 재미있다.

• POINT 4 — nên(cho nên), vì vậy, vì thế

의미: [접속사] 그래서, 그렇기 때문에

활용 예시:

Tôi dậy muộn, vì vậy(=vì thế), tôi đi học muộn.
나는 늦게 일어났고, 그렇기 때문에, 나는 학교에 늦게 등교했다.

Tôi rất thích nói tiếng Việt. Cho nên, tôi muốn đi Việt Nam.
나는 베트남어를 말하는 것을 정말 좋아한다. 그래서 나는 베트남에 가고 싶다.

Vì tôi luôn luôn học tiếng Việt nên càng ngày càng tốt hơn.
나는 항상 베트남어를 공부해서 날이 갈수록 더 (실력이) 좋아진다.

• POINT 5 — nhưng, nhưng mà, mà

의미: [접속사] 그러나

활용 예시:

Tôi muốn thuê xe lớn nhưng không có đủ tiền.
나는 큰 차를 빌리기 원하지만 충분한 돈이 없다.

Tôi rất muốn đi hòa nhạc với bạn nhưng bị ốm nên không được.
나는 정말 친구와 콘서트에 가고 싶지만 아파서 불가능하다.

나만의 템플릿!

나만의
템플릿!

나만의
템플릿!

나만의
템플릿!

나만의
템플릿!

나만의
템플릿!

나만의
템플릿!

나만의
템플릿!

나만의
템플릿!

나만의
템플릿!

나만의
템플릿!